AF664551

കുളമ്പ് മനുഷ്യൻ

kulampu manushyan

•

pradeep perssanoor

•

first edition
july 2016

•

second edition
may 2018

•

typesetting & published
chintha publishers, thiruvananthapuram

•

printed
akshara offset, thiruvananthapuram

•

cover & illustration
midas

വിതരണം

ദേശാഭിമാനി ബുക്ക് ഹൗസ്

H O തിരുവനന്തപുരം-695 035
phone: 0471-2303026, 6063026
www.chinthapublishers.com
chinthapublishers@gmail.com

ബ്രാഞ്ചുകൾ

ഹെഡ്ഡാഫീസ് ബ്രാഞ്ച് കുന്നുകുഴി • സ്റ്റാച്ച്യു തിരുവനന്തപുരം • കെ എസ് ആർ ടി സി ബസ് സ്റ്റേഷൻ ആലപ്പുഴ • കെ എസ് ആർ ടി സി ബസ് സ്റ്റേഷൻ എറണാകുളം • മച്ചിങ്ങൽ ലെയ്ൻ തൃശൂർ • ഐ ജി റോഡ് കോഴിക്കോട് • മാവൂർ റോഡ് കോഴിക്കോട് • എൻ ജി ഒ യൂണിയൻ ബിൽഡിങ് കണ്ണൂർ • സെൻട്രൽ ബസ് ടെർമിനൽ കോംപ്ലക്സ് താവക്കര കണ്ണൂർ

CR - 1866 / 4655
ISBN - 978-93-86112-38-5

കുളമ്പ് മനുഷ്യൻ
(ബാലസാഹിത്യം)

പ്രദീപ് പേരശ്ശനൂർ

ചിന്ത പബ്ലിഷേഴ്സ്
തിരുവനന്തപുരം-695 035
വില : ₹ 100

പ്രദീപ് പേരശ്ശനൂർ

മലപ്പുറം ജില്ലയിലെ പേരശ്ശനൂർ ഗ്രാമത്തിൽ ജനനം. അച്ഛൻ ബാലൻനായർ, അമ്മ വസന്ത. ആനുകാലികങ്ങളിൽ കഥകൾ എഴുതുന്നു. www.pradeepperassannur. blogspot.in എന്ന ശ്രദ്ധേയമായ ബ്ലോഗ് ഉണ്ട്. *പക, നഷ്ടബാല്യം* എന്നിവയാണ് ഇതരകൃതികൾ. *തണൽമരങ്ങൾ* എന്ന കഥയ്ക്ക് റാഫ് പുരസ്കാരം, *പാണ്ഡു* എന്ന കഥയ്ക്ക് ഇതിഹാസകഥാമത്സരസമ്മാനം എന്നിവ ലഭിച്ചിട്ടുണ്ട്.

ഭാര്യ : സ്മിത
മകൾ : അക്ഷര
വിലാസം : അക്ഷരം
പേരശ്ശനൂർ (പി ഒ)
മലപ്പുറം – 679571
ഫോൺ : 9447536593
e-mail : pradeepperassannur@gmail.com

ഉള്ളടക്കം

സമർപ്പണം

എല്ലാ കുട്ടികൾക്കും, ഒരിക്കൽ
കുട്ടികളായിരുന്ന എല്ലാവർക്കും

പ്രസാധകക്കുറിപ്പ്

ബാല്യം വർണ്ണങ്ങളുടെ ആഘോഷകാലമാണ്; വലിയ സങ്കടങ്ങളുടെയും. മുതിർന്നവരുടെ ശ്രദ്ധയിൽപ്പെടാതെ കുട്ടികളുടെ സമാന്തരജീവിതങ്ങൾ അഭംഗുരം തുടർന്നു വരുന്നു. മുതിർന്നവരെപ്പോലെ ബാല്യവും വ്യത്യസ്ത അറകളിൽ തുടരുന്നു. ബാല്യത്തിന്റെയും കൗമാരത്തിന്റെയും കുതൂഹലങ്ങളും വിഹ്വലതകളും അനായാസമായി ചിത്രീകരിച്ചിട്ടുള്ള കഥകളാണ് *കുളമ്പ് മനുഷ്യൻ* എന്ന ഈ കൃതിയിൽ. സാമ്പ്രദായികമായ ബാലസാഹിത്യത്തിൽ നിന്നും വേറിട്ടു നിന്ന് കുട്ടികളോടും കുട്ടിത്തം വിട്ടുപോകാത്ത മുതിർന്നവരോടും സംസാരിക്കുന്ന ഈ കൃതി ഏറെ ആസ്വാദ്യകരമാണ്.

ചിന്ത പബ്ലിഷേഴ്സ്

എന്റെ മോഷണങ്ങൾ

1

അതെ, ഞാനൊരു മോഷ്ടാവായിരുന്നു. ഞാൻ നടത്തിയിട്ടുള്ള കിടിലൻ മോഷണങ്ങളിൽ പ്രധാനപ്പെട്ടവയാണ് പറയാൻ പോകുന്നത്. പാചകകല, ഗൃഹനിർമ്മാണകല എന്നൊക്കെ പറയുന്നതുപോലെ മോഷണം ഒരു കലയാണോ! മോഷ്ടാവ് ധീരനാണോ! ആണെങ്കിൽ...തീർച്ചയായും "ഞാനൊരു ധീരനായ കലാകാരൻ" തന്നെ!

സംഭവം നടക്കുന്നത് എനിക്ക് എട്ടോ പത്തോ വയസ്സുള്ളപ്പോഴാണ്. അന്ന് ഞാൻ കണ്ടിരുന്ന സിനിമകളിലും വായിച്ചിരുന്ന പുസ്തകങ്ങളിലുമെല്ലാം കള്ളന്മാരുടെയും കൊള്ളക്കാരുടെയും ഹരം പിടിപ്പിക്കുന്ന കഥകളുണ്ടായിരുന്നു. അതുകൊണ്ടുതന്നെ എന്റെ മനസ്സിലെ വീരനായകന്മാർ കായംകുളം കൊച്ചുണ്ണിയെപ്പോലെ ഉള്ള തസ്കരവീരന്മാരായിരുന്നു. ഒരു കള്ളനായിത്തീരുക- ഭാവിയിൽ ഒരു കള്ളിയെ വിവാഹം കഴിക്കുക അതായിരുന്നു എന്റെ ജീവിതാഭിലാഷങ്ങൾ.

അക്കാലങ്ങളിൽ ഞാൻ പഠിച്ചിരുന്ന സ്കൂളിൽ സ്ഥലപരിമിതിയുടെ പേരിൽ രണ്ട് ഷിഫ്റ്റായാണ് ക്ലാസുണ്ടായിരുന്നത്. രാവിലെ ഒമ്പത് മുതൽ ഒന്നുവരെ ഒരു വിഭാഗവും ശേഷം മറു വിഭാഗവും. ഈ സമ്പ്രദായം ഞങ്ങൾ വിദ്യാർത്ഥികളും ചില

പ്പോൾ അദ്ധ്യാപകരും ഒരുപോലെ ചൂഷണം ചെയ്തു പോന്നു. ഒരിക്കൽ പുതുതായി വന്ന മലയാളം ടീച്ചർ ക്ലാസെടുക്കാൻ വന്ന പ്പോൾ 'കള്ളൻ' എന്ന വാക്കിന്റെ പര്യായപദം ചോദിച്ചപ്പോൾ ഉത്തരം പറഞ്ഞ ഏക വിദ്യാർത്ഥി ഞാൻ മാത്രമായിരുന്നു.

ആദ്യമോഷണത്തിന്റെ കഥ പറയാം. പ്രധാനമായും ഞാൻ മോഷ്ടിച്ചിരുന്നത് പലഹാരങ്ങളും മറ്റു ഭക്ഷണ സാമഗ്രി കളുമായിരുന്നു. ഒരു ദിവസം പതിവുപോലെ ഞാനും അനി യനും സ്കൂളിൽനിന്നും മടങ്ങിവരുന്നു. മടങ്ങിവരിക എന്നു പറഞ്ഞാൽ ഒരു കൂട്ടയോട്ടമാണ്. ലക്ഷ്യം ഒന്നുമാത്രം. അടുക്ക ളയിൽ അമ്മ ഞങ്ങൾക്കായുണ്ടാക്കി വെച്ചിരിക്കുന്ന പാൽച്ചാ യയും പലഹാരങ്ങളും. പലഹാരങ്ങളോടുള്ള തീക്ഷ്ണമായ കൊതിയിൽ ഓടിപ്പോകുന്നതാണ്. തീൻ മേശയിലെത്തിയപ്പോൾ പുട്ടും കടലയും ഒറ്റപിടുത്തത്തിന് ഞങ്ങളകത്താക്കി. പിന്നെ യുള്ളത് നെയ്പൂവനാണ്. അപ്പോഴേക്കും അനിയൻ അവന്റെ പഴത്തിന്റെ മുക്കാൽഭാഗവും അകത്താക്കികഴിഞ്ഞിരുന്നു. ഞാനെന്റെ പഴവും തിന്നാൻ തുടങ്ങി. കൊതിപ്പിക്കുന്ന മണമുള്ള തൂവെള്ള ക്കാമ്പ് അരുമയോടെ പെട്ടെന്ന് തീർന്ന് പോകുമോ എന്ന ഭയ ത്താൽ കുറേശ്ശെയായി ഞാൻ തിന്നു തീർത്തു. ഇതിനു മുമ്പ് ഞാനാ പഴം കഴിച്ചിട്ടില്ല. ഞാനമ്മയോട് വിളിച്ച് ചോദിച്ചു.

"അമ്മേ ഒരു പഴം കൂടി"

അമ്മ പറഞ്ഞു: "ഇനിയില്ല, അത് വല്ല്യമ്മ കൊണ്ടുവന്നതാണ്."

വല്ല്യമ്മ മേലേപ്പാട്ട് വീട്ടിലെ വാല്യക്കാരിയായിരുന്നു. വാല്യ ക്കാരി എന്നു പറയുന്നത് പാപം. അവിടത്തെ ഒരംഗത്തെ പോലെ. ആഴ്ചയിൽ ഒന്നോ രണ്ടോ ദിവസമേ വീട്ടിലേക്ക് വരൂ. വരു മ്പോൾ എന്തെങ്കിലും വിശിഷ്ട പലഹാരങ്ങളും കൊണ്ടുവരും. അങ്ങനെ വല്ല്യമ്മ കൊണ്ടുവന്നതാണ് തടിയൻ നെയ്പൂവനെന്ന് ചുരുക്കം. ഒരുപക്ഷേ, മേലേപ്പാട്ട് ഇനിയും നെയ്പൂവനുണ്ടാ കും. എന്നാൽ വല്ല്യമ്മ അടുത്ത തവണ വരുമ്പോഴേക്കും പഴ മെല്ലാം തീർന്നുപോയേക്കും. പഴം ലഭിക്കാൻ എന്താണൊരു വഴി?

പെട്ടെന്ന് എന്നിലെ കലാകാരനുണർന്നു. പഴം ലഭിക്കാൻ ഒരു വഴിയേയുള്ളൂ – മോഷണം!

എപ്പോഴാണ് മോഷ്ടിക്കുക! അതിനുള്ള പോംവഴിയും മന സ്സിൽ തെളിഞ്ഞു. മേലേപ്പാട്ടേക്ക് ഞങ്ങളുടെ വീട്ടിൽനിന്നും

ഏകദേശം അരകിലോമീറ്റർ ദൂരമുണ്ട്. ഈ ചുറ്റളവിൽ അവിടെ മാത്രമേ അന്ന് ടെലിവിഷൻ ഉണ്ടായിരുന്നുള്ളൂ. അതുകൊണ്ട് തന്നെ എല്ലാ ഞായറാഴ്ചയും വൈകുന്നേരങ്ങളിൽ ഞങ്ങൾ കുടുംബസമേതം അവിടെ പോയി സിനിമ കണ്ടിരുന്നു. ഞായറാഴ്ചയ്ക്ക് ഇനി രണ്ട് ദിവസമേയുള്ളൂ. അതിനിടയ്ക്ക് അവിടുത്തെ പഴം തീർന്നുപോയിട്ടില്ലെങ്കിൽ! പ്രതീക്ഷയ്ക്ക് വകയുണ്ട്.

ആ ഞായറാഴ്ച പതിവിലും നേരത്തെ ഞാനും, അനിയനും മേലേപ്പാട്ടെത്തി. ആ വലിയ വീട്ടിൽ അവിടത്തെ വയസ്സായ തമ്പുരാട്ടിയും അവരുടെ ഗൗരവക്കാരനായ മകനും പിന്നെ വല്ല്യമ്മയും മാത്രമേ ഉണ്ടായിരുന്നുള്ളൂ. ചെന്നയുടനെ ഞാൻ അടുക്കള ഭാഗത്ത് ഒരു ദീർഘവീക്ഷണം നടത്തി. മണപ്പിച്ചു നോക്കി. എവിടെയെങ്കിലും പഴത്തിന്റെ ഗന്ധമുണ്ടോ? കൂടുതൽ മണത്തപ്പോൾ തൊട്ടടുത്ത തൊഴുത്തിൽനിന്നും ഗോമൂത്രത്തിന്റെയും ചാണകത്തിന്റെയും ഗന്ധം എന്നെത്തേടി വന്നു. പഴത്തിന്റെ ഗന്ധം എവിടെയും ഇല്ല. എങ്കിലും ആശ കൈവിട്ടില്ല. ടെലിവിഷനിൽ സിനിമ തുടങ്ങി. പതിയെപ്പതിയെ എല്ലാവരും സിനിമയിൽ ലയിച്ചു. ധാരാളം കരച്ചിലും പിഴിച്ചിലുമൊക്കെയുള്ള സിനിമയാണ്. കഥാപാത്രങ്ങളുടെ കൂടെ പ്രേക്ഷകരും കരഞ്ഞു തുടങ്ങിയിരിക്കുന്നു. കൂട്ടത്തിൽ അമ്മയും. ഞാൻ ആരുമറിയാതെ പുറത്തേക്കിറങ്ങി. കൂരാക്കൂരിരുട്ട്. ആകാശത്ത് സ്വർണ്ണ നക്ഷത്രപ്രഭ. വീടിനു സമാന്തരമായി അനന്തമായി നീളുന്ന തിളങ്ങുന്ന റെയിൽപാളങ്ങളിലേക്ക് നോക്കുമ്പോൾ ഭയം തോന്നുന്നു. ഞാൻ പതുക്കെ അടുക്കള ഭാഗത്തേക്ക് നീങ്ങി. ശരീരം വിറയ്ക്കുന്നുണ്ട്. ഞാൻ അടുക്കള വാതിൽ പതുക്കെ തള്ളി നോക്കി! ഭാഗ്യം! വാതിൽ കുറ്റിയിട്ടിട്ടില്ല. അത് തുറന്നു. അകത്ത് വെളിച്ചമുണ്ടായിരുന്നില്ല. എങ്കിലും ഇടനാഴിയിലെ ടെലിവിഷനിൽനിന്നും വരുന്ന വർണ്ണപ്രകാശത്തിന്റെ പ്രഭാവത്തിൽ ചില അവ്യക്ത ബിംബങ്ങൾ കാണാം. കൂടുതൽ കൂടുതൽ നോക്കി നില്ക്കെ എന്റെ നേത്രങ്ങൾ ഇരുട്ടിനെ ജയിച്ചു. ഇപ്പോഴെനിക്കെല്ലാം കാണാം. ഞാൻ കലവറയുടെ വാതിൽ തുറന്നു. അതാ അവിടെ പഴക്കുലകൾ തൂക്കിയിട്ടിരിക്കുന്നു. ഞാനാ പഴക്കുലയിൽ പിടിച്ചു നോക്കി. അബദ്ധം മനസ്സിലാക്കാൻ സമയമെടുത്തു. അത് പഴക്കുലയായിരുന്നില്ല. അത് നനഞ്ഞ ഒരു

കോണകമായിരുന്നു. അവിടെ അങ്ങിങ്ങായി അടിവസ്ത്രങ്ങൾ ഉണക്കാനിട്ടിരിക്കുന്നു. ഞാനവിടെനിന്നും പുറത്തേക്കിറങ്ങി. അടുക്കളയുടെ ഇടത്തുഭാഗത്ത് പാതിചാരിയ യഥാർത്ഥ കലവ റയുടെ വാതിൽ കണ്ടു. സത്വരം ഉള്ളിലേക്ക് കടന്നപ്പോൾ തല യിലെന്തോ തടഞ്ഞു. അതാ കൊതിപ്പിക്കുന്ന മണമുള്ള ആ

പഴക്കുല. ഞാൻ കുമുകുമെ വാഴപ്പഴം തിന്നു. പക്ഷേ, അപ്പോൾ അതിന് അന്ന് അമ്മ തന്ന വാഴപ്പഴത്തിന്റെ രുചിയോ, മണമോ ഉണ്ടായിരുന്നില്ല.

2

മോഷണത്തിന്റെ ഒന്നാം ഘട്ടം കഴിഞ്ഞു. അത് വിജയവുമായി. ആ ആത്മവിശ്വാസം എന്നെ കൂടുതൽ തെറ്റിലേക്ക് നയിച്ചു. രണ്ടാമത്തെ മോഷണം ആദ്യത്തേതിനേക്കാൾ പ്രയാസകരമായിരുന്നു. പക്ഷേ, ഇവിടെ ഞാനൊറ്റയ്ക്കായിരുന്നില്ല. ഒരു പങ്കാളി കൂടി ഉണ്ടായി. 'ഉപ്പാപ്പമണി' തെറ്റിദ്ധരിക്കേണ്ട; ആൾ വയസ്സനല്ല. എന്നേക്കാൾ ഒന്നോ രണ്ടോ വയസ്സ് പ്രായം കൂടും. പക്ഷേ, മണി ഞങ്ങൾക്കിടയിൽ 'ഉപ്പാപ്പ' എന്ന പേരിൽ പ്രസിദ്ധനാണ്. അദ്ദേഹത്തിന് മോഷണത്തിനു പുറമെ സ്കൂൾകുട്ടികൾക്കുള്ള ബീഡിക്കച്ചവടവും മീൻപിടുത്തം, വാടകത്തല്ല് ഇത്യാദി കലാപരിപാടികളുണ്ടായിരുന്നു. കൂടുതൽ വിശദമാക്കിയാൽ മണി ഞങ്ങൾക്കിടയിലെ ഹീറോ. ഞാൻ ഹീറോയാകാൻ കൊതിക്കുന്ന ഒരു സീറോയും . മണി പ്രധാനമായും മോഷ്ടിച്ചിരുന്നത് കപ്പ, ശർക്കരക്കിഴങ്ങ്, ചക്ക, മാങ്ങ, തേങ്ങ തുടങ്ങിയവയായിരുന്നു

അദ്ദേഹം ഇടയ്ക്കിടെ പറയുമായിരുന്നു: "ചെറിയ മോഷണത്തിലൊന്നും എനിക്കിനി ഒന്നും ചെയ്യാനില്ല. ചെയ്യുമ്പോൾ കാര്യമായിട്ടെന്തെങ്കിലും തടയണം." അങ്ങനെ വലിയ വലിയ മോഷണത്തിനായി ഞങ്ങൾ കാത്തിരുന്നു.

പതിവുപോലെ അക്കൊല്ലവും മാമ്പഴക്കാലം വന്നു. എങ്ങും മാവ് പൂത്തു. ഞങ്ങളുടെ നാട്ടിൽ പ്രധാനമായും മാമ്പഴമുണ്ടായിരുന്നത് മേലേപ്പാട്ടും(ആദ്യമോഷണം)അവരുടെ തറവാടായ വലിയ മേലേപ്പാട്ടുമായിരുന്നു. ഇതിൽ വലിയമേലേപ്പാട്ടായിരുന്നു കൂടുതൽ മാമ്പഴമുണ്ടായിരുന്നത്. മൂവാണ്ടൻ, സേലം, കിളിച്ചുണ്ടൻ, വെള്ളരി തുടങ്ങി പലനിറത്തിലും തരത്തിലുമുള്ള മാമ്പഴങ്ങൾ അവിടെയുണ്ടായിരുന്നു. അവിടെനിന്നും ആർക്കുവേണമെങ്കിലും മാമ്പഴം പെറുക്കാം. ഒറ്റ നിർബ്ബന്ധം മാത്രം. രാവിലെ എട്ടുമണിക്ക് ശേഷമേ അവിടെച്ചെന്ന് മാമ്പഴം പെറുക്കാവൂ. എട്ട് മണിക്ക് ശേഷം മേലേപ്പാട്ട് മാമ്പഴം പെറുക്കുന്നവരുടെ ബഹളമാണ്. അതിന് മുമ്പുള്ളത് വീട്ടുകാർക്കും.

ഞാനും ഉപ്പാപ്പമണിയും കൂടിയാലോചിച്ചു തീരുമാനിച്ചു. രാത്രി പൊഴിയുന്ന മാമ്പഴങ്ങൾ വീട്ടുകാരറിയാതെ പുലർച്ചെ നാലുമണിക്കോ, അഞ്ചുമണിക്കോ പോയി അപഹരിക്കുക തന്നെ. ഉഗ്രൻ ഐഡിയ! ഞങ്ങൾ ദിവസം നിശ്ചയിച്ചു. പുലർച്ചെ അഞ്ചുമണിക്ക് എന്റെ അച്ഛനും അമ്മയും പുഴയിൽ കുളിക്കാൻ പോകുന്ന പതിവുണ്ട്. ആ സമയത്ത് സംഭവം നടത്താം.

അങ്ങനെ ഒരു ദിവസം ആ ഘോരകൃത്യത്തിനായി ഞാനും മണിയും പുലർച്ചെ അഞ്ചുമണിക്ക് വലിയ മേലേപ്പാട്ടെത്തി.

ഇരുട്ടിൽ കുളിച്ചുകിടക്കുന്ന ആ പഴയ ഇരുനില കെട്ടിടത്തിന് ചുറ്റുഭാഗവും അര ആൾ പൊക്കത്തിലുള്ള മതിലുകളുണ്ട്. വീടിന്റെ മുൻവശത്തുള്ള നായക്കൂട്ടിൽ രണ്ട് വലിയ അൽസേഷ്യൻ നായ്ക്കൾ സ്വസ്ഥമായുറങ്ങുന്നു. ഒരു ചെറിയ ശബ്ദം മതി അവയുണരാൻ. ഞങ്ങൾ വീടിന്റെ പുറകുവശത്തെത്തി. ആരാദ്യം മതിൽ ചാടണം! ഞാൻ വിനയത്തോടെ ആദരവോടെ പറഞ്ഞു.

“മണീ നീയല്ലേ ഈ കാര്യത്തിൽ എന്നെക്കാൾ...അതുകൊണ്ട് നീയാദ്യം ചാടുക.”

മണി സമ്മതിച്ചില്ല, അതു വേണ്ട “ആദ്യം നീ, പിന്നെ ഞാൻ.”

എന്തോ മണി എന്തിനും എന്നേക്കാൾ ഒരടി പിറകോട്ടായി നിന്നു. ഞങ്ങൾ ശബ്ദമുണ്ടാക്കാതെ മതിൽചാടി മറുവശത്തെത്തി. മണിയുടെ കൈയിൽ ഒരു വലിയചാക്കും ഒരു പെൻടോർച്ചുമുണ്ടായിരുന്നു. മണി ടോർച്ച് തെളിയിച്ചു. ഞാൻ മാമ്പഴങ്ങൾ പെറുക്കി. അപ്പോഴെല്ലാം മണി ജാഗരൂകനായി ചുറ്റുഭാഗവും വീക്ഷിക്കുന്നുണ്ടായിരുന്നു. അവസാനം ആ വലിയ ചാക്ക് നിറഞ്ഞു. ഞങ്ങൾ രണ്ടുപേർ ചേർന്നാലും തൂക്കിക്കൊണ്ട് പോകാൻ കഴിയാത്തത്ര ഭാരമുണ്ടായിരുന്നു ചാക്കിന്. ഇനിയെന്ത് ചെയ്യും? പെട്ടെന്ന് ഒരു വലിയ മാമ്പഴം ആരോ എടുത്തെറിഞ്ഞതുപോലെ പൊഴിഞ്ഞ് മണിയുടെ മൊട്ടത്തലയിലേക്ക് വീണു. അദ്ദേഹത്തിന് വെളിപാടുണ്ടായി. മണി പറഞ്ഞു: “ചാക്ക് തലച്ചുമടായി കൊണ്ടുപോകാം.”

പാവം മണി! ഒരു ത്യാഗത്തിന് തയ്യാറായിരിക്കുന്നു. ഞാൻ ആ നല്ല മനസ്സിന് നന്ദി പറഞ്ഞു. ഞങ്ങൾ രണ്ടുപേരും ചേർന്ന് ചാക്കുകെട്ടുയർത്തി. പക്ഷേ, നന്ദി പറഞ്ഞ എനിക്ക് തെറ്റി. ഉയർത്തിയ ചാക്കുകെട്ടും മണിയുടെ ശിരസ്സും തമ്മിൽ വല്ലാ

ത്തൊരു വികർഷണബലം; ആ വലിയ ചാക്കുകെട്ട് അതാ എന്റെ തലയിൽ. ജീവിതത്തിലാദ്യമായി ഞാനൊരു ഭാരം ചുമക്കുന്നു. ഞാൻ അകമെ പറഞ്ഞു.‘‘മണീ നീയൊരു കള്ളനല്ല, പെരുങ്കള്ളനാണ്.”

മണി ടോർച്ച് തെളിയിച്ച് പിന്നിലും, ഞാൻ മുന്നിലുമായി നടന്നു. ഞങ്ങളുടെ കാലുകൾക്കിടയിൽ കിടന്ന് ഞെരിഞ്ഞമരുന്ന കരിയിലകളുടെ ശബ്ദം. പെട്ടെന്ന് അൽസേഷ്യൻ നായ്ക്കൾ കുരച്ചു. ബഹളം, സർവ്വത്ര ബഹളം. വൈദ്യുതി വിളക്കുകൾ ഓരോന്നായി ഉണർന്നു. ആരൊക്കെയോ ഞങ്ങളുടെ നേർക്ക് ഓടിവരുന്നു. ഒപ്പം നായ്ക്കളും. ഞാൻ പിന്തിരിഞ്ഞ് നോക്കി; പിന്നിൽ ഉപ്പാപ്പമണിയില്ല. ആരോ മതിൽ ചാടുന്ന ശബ്ദം കേട്ടു. ആ സംഭവത്തിനു ശേഷമുള്ള അതിശയകരമായ വസ്തുത എന്താണെന്ന് വെച്ചാൽ അന്ന് ഉപ്പാപ്പമണി ഓടിപ്പോയ വഴിയിൽ പിന്നീടൊരിക്കലും ഒരു പുൽക്കൊടിപോലും കിളിർത്തില്ല എന്നതാണ്.

3

ഞാൻ നാലാം ക്ലാസ് ജയിച്ചു. ഉപ്പാപ്പമണി മൂന്നാം വർഷവും നാലാം ക്ലാസിൽ തോറ്റു. പിന്നീടൊരിക്കലും ഞാൻ മണിയുമായി ചേർന്ന് മോഷണം നടത്തുകയുണ്ടായില്ല. ഉപ്പാപ്പമണിക്ക് ചുറ്റും എപ്പോഴും എന്തിനും പോന്ന ഒരു ചട്ടമ്പി സംഘമുണ്ട്. കാരണം കൈയിൽ കാശുണ്ട്. അവർ എപ്പോഴും പാൽ ഐസും കടലമിഠായിയും വാങ്ങി തിന്നുന്നു. ചിലപ്പോഴൊക്കെ അതിൽനിന്നൊരു പങ്ക് എനിക്കും കിട്ടിയിരുന്നു. പക്ഷേ, എനിക്ക് ചുറ്റും സംഘങ്ങളില്ല. സംഘബലമുണ്ടാകണമെങ്കിൽ കാശ് വേണം. കാശ് വേണമെങ്കിൽ...

പണം എവിടെ നിന്ന് മോഷ്ടിക്കും!

ആ കാലത്ത് അച്ഛന് ജോലിയില്ലാതെ ഒരുപാട് കാലം വെറുതെ വീട്ടിലിരിക്കേണ്ടിവന്നു. വീട്ടുചെലവിന് പണമില്ലാതെ വല്ലാതെ ബുദ്ധിമുട്ടി. അങ്ങനെ അമ്മ ഒരു കുറിവെച്ചു. ഒരാൾക്ക് പത്തുരൂപാവെച്ച് മൊത്തം അഞ്ഞൂറ് രൂപയുടെ കുറി. മാസത്തിലൊരിക്കലായിരുന്നു നറുക്കെടുപ്പ്. നറുക്കെടുപ്പിന്റെ മൂന്ന് നാല് ദിവസം മുമ്പ് തന്നെ പണം പിരിക്കും. നറുക്കെടുപ്പിന്റെ അന്ന് നറുക്ക് ലഭിച്ചയാൾക്ക് പണം കൊടുക്കണം എന്നാണ്

വ്യവസ്ഥ.

മഴക്കാലമായിരുന്നു. അമ്മ മുഷിഞ്ഞ് നാറിയ പകുതിയോളം ചോരുന്ന ശീലക്കുടയുമെടുത്ത് വീടുതോറും പണം പിരിക്കാനിറങ്ങി. നാളെ നറുക്കെടുപ്പാണ്. പിരിഞ്ഞ് കിട്ടിയ പണമെല്ലാം അമ്മ ഒരു പേഴ്സിൽ ഭദ്രമാക്കി അടുക്കി കട്ടിലിന് താഴെയുള്ള ഇരുമ്പുപ്പെട്ടിയിൽ സൂക്ഷിച്ചു. ഇതെല്ലാം ഞാൻ മാസംതോറും കാണാറുള്ളതാണ്. പക്ഷേ, ഒരിക്കൽപ്പോലും അതിൽനിന്ന് പണമെടുക്കാനെനിക്ക് തോന്നിയിട്ടില്ല. പക്ഷേ, ഇപ്പോൾ...

വൈകുന്നേരമായാൽ ഞാനും അമ്മയും അനിയനും പുഴയിൽ കുളിക്കാൻപോകും. അന്ന് പതിവിലും നേരത്തെ കുളിച്ചെന്നുവരുത്തി ഞാൻ വീട്ടിലേക്ക് നടന്നു. അനിയൻ ഉയർന്ന മണൽതിട്ടകളിൽനിന്നും താഴോട്ട് ചാടി രസിക്കുകയാണ്. വീട്ടിൽ അമ്മമ്മ അടുത്ത വീട്ടിലെ കൂട്ടുകാരിയായ തള്ളയോട് നേരമ്പോക്ക് പറയാൻ പോയിരിക്കുന്നു. ഞാൻ കട്ടിലിനടിയിലെ ഇരുമ്പ് പെട്ടി തുറന്ന് പേഴ്സ് പുറത്തെടുത്തു. അതിൽ മുഷിഞ്ഞ് മണമുള്ള കുറെ നോട്ടുകളും, കുറെ നാണയത്തുട്ടുകളും ഉണ്ടായിരുന്നു. പണത്തിന്റെ ഗന്ധം ആസ്വാദ്യകരമായി തോന്നി. ഞാൻ അതിൽനിന്നും ഒരു നോട്ടെടുത്തു. എന്റെ കൈ വിറയ്ക്കുന്നുണ്ടായിരുന്നു.

വൈകുന്നേരം സന്ധ്യാനാമത്തിനുശേഷം പഠിക്കാനെന്നപേരിൽ കതകടച്ചിരുന്നപ്പോൾ കണക്കുപുസ്തകത്തിനുള്ളിൽ ചുരുട്ടി വെച്ചിരുന്ന ആ നോട്ട് ഞാൻ നിവർത്തി നോക്കി. ഒരു ഇരുപതുരൂപാ നോട്ടായിരുന്നു അത്. ആദ്യമായാണ് ഇരുപതു രൂപാ നോട്ട് കാണുന്നത്. ഒരുപക്ഷേ, ഉപ്പാപ്പമണിയുടെ കൈയിൽ കൊടുത്താൽ നോട്ട് മാറികിട്ടിയേക്കാം. പിറ്റേ ദിവസം സ്കൂളിൽ ചെന്നപ്പോൾ എന്റെ പക്കൽ ഇരുപത് രൂപാ നോട്ട് കണ്ട മണിയുടെ കണ്ണ് തള്ളിപ്പോയി. അവൻ ആദരാത്ഭുതത്തോടെ എന്നെ നോക്കി. അതുവരെ മണിയുടെ കൂടെ ഉണ്ടായിരുന്ന ചട്ടമ്പികൾ പലരും എന്റെ കൂടെ ചേർന്നു. ചിലർ എന്റെ ഇരുപത് രൂപ നോട്ട് തൊട്ടുനോക്കി. മറ്റു ചിലർ മണപ്പിച്ചു നോക്കി. മണി ഉള്ളിൽ തികട്ടി വരുന്ന അരിശമടക്കാൻ പാടുപെട്ടു. നോട്ട് മാറി എല്ലാവർക്കും വയറുനിറയെ കടലമിഠായിയും പാൽഐസും വാങ്ങിത്തരാമെന്ന് ഞാൻ ശപഥം ചെയ്തു.

വൈകുന്നേരം കുറി നറുക്കെടുപ്പ് കഴിഞ്ഞു. അച്ഛൻ ജോലി കഴിഞ്ഞ് മടങ്ങി വന്നിട്ടില്ല. മുറ്റം മുഴുവൻ കുറിക്കാരുടെ ബഹളം. അമ്മ ഇരുമ്പ് പെട്ടിയിൽനിന്നും പണം പുറത്തെടുത്ത് എണ്ണുന്നു; വീണ്ടും വീണ്ടും. കളഞ്ഞുപോയ ഇരുപത് രൂപ നോട്ടിന് വേണ്ടി ഇരുമ്പ് പെട്ടിയിലും കട്ടിലിന് താഴെയും പരതുന്നു. പിന്നെ വെപ്രാളപ്പെട്ട് അടുക്കളയിലും മുറ്റത്തും ഓടിനടക്കുന്നു. അമ്മമ്മയോട് സ്വകാര്യമായെന്തോ ചോദിച്ചു. അവർ കൈമലർത്തി. പുറത്ത് മഴപെയ്യാൻ തുടങ്ങിയിരുന്നു. ഉമ്മറത്ത് നറുക്ക് ലഭിച്ച കുറിക്കാരൻ പണത്തിനായി കാത്ത് നില്ക്കുന്നു. അമ്മ അസ്പഷ്ടമായെന്തോ മന്ത്രിച്ച് പുറത്തേക്ക് ഇറങ്ങിപ്പോയി. അടുത്ത വീടുകളിലെല്ലാം പോയി ഇരുപത് രൂപയ്ക്കായി യാചിച്ചു. അയൽപക്കങ്ങളിൽ പണക്കാരാരുമുണ്ടായിരുന്നില്ല. പുറത്ത് അക്ഷമയോടെ കാത്തിരിക്കുന്ന കുറിക്കാരൻ തന്റെ നീരസം പ്രകടിപ്പിച്ചു തുടങ്ങി. അമ്മമ്മ അയാളെ അനുനയപ്പെടുത്താൻ ശ്രമിക്കുന്നുണ്ട്. മഴ കുറഞ്ഞു വരികയായിരുന്നു. ഒടുവിൽ മഴ നനഞ്ഞ് അമ്മ മടങ്ങി വന്നു. പക്ഷേ, അപ്പോൾ അമ്മയുടെ കഴുത്തിൽ രണ്ടോ മൂന്നോ മുത്ത് മാത്രം ശേഷിക്കുന്ന മണിമാല ഉണ്ടായിരുന്നില്ല. അമ്മ കൈയിൽ ചുരുട്ടി വെച്ചിരുന്ന പുത്തൻ ഇരുപത് രൂപാ നോട്ടും ബാക്കി പൈസയും ഒരിക്കൽക്കൂടി എണ്ണിത്തിട്ടപ്പെടുത്തി കുറിക്കാരനു കൊടുത്തു. അമ്മമ്മ അപ്പോഴും ഉമ്മറത്തുതന്നെ ഉണ്ടായിരുന്നു. അയാൾ മുഖം കറുത്ത് പറഞ്ഞു പോയ പൊയ്‌വാക്കുകൾ തിരിച്ചെടുക്കാനാവാതെ സന്ദേഹിക്കുന്നത് തട്ടിൻപുറത്തെ കിളിവാതിലിലൂടെ ഞാൻ വ്യക്തമായി കണ്ടു.

എന്റെ മനസ്സിൽ എവിടെയോ കുറ്റബോധത്തിന്റെ അലകളുയർന്നു. ഉള്ളിൽ വേണ്ടത്ര പക്വതയോ, പാകതയോ വരാത്ത എന്റെ ഇളം മനസ്സും മനഃസാക്ഷിയും തമ്മിൽ ഒരു യുദ്ധം നടക്കുന്നു. ഞാൻ തട്ടിൻപുറത്തുനിന്നും താഴേക്കിറങ്ങി. കണക്കു പുസ്തകത്തിനുള്ളിൽ സൂക്ഷിച്ചു വെച്ചിരുന്ന മുഷിഞ്ഞ നോട്ട് പുറത്തേക്കെടുത്ത് അമ്മയുടെ അടുത്തേക്ക് ചെന്നു. എന്റെ കൈയിലിരുന്ന് വിറയ്ക്കുന്ന ഇരുപത് രൂപാ നോട്ട് അമ്മയുടെ കൈകളിലേല്പിച്ചു. അമ്മ അത്ഭുതത്തോടെ എന്നെ നോക്കി, ഞാൻ അമ്മയുടെ പാദങ്ങളിൽ കുമ്പിട്ടു.

“ക്ഷമിക്കൂ; എന്നോട് ക്ഷമിക്കൂ... ഇനിയൊരിക്കലും ഞാൻ

മോഷ്ടിക്കുകയില്ല; സത്യമായും മോഷ്ടിക്കുകയില്ല."

അമ്മയുടെ തലമുടിയിൽനിന്നും ഓലോലം ഇറ്റിവീഴുന്ന മഴ ത്തുള്ളികൾക്കൊപ്പം കുറെ കണ്ണുനീർത്തുള്ളികളും എന്റെ ശിരസ്സിലേക്ക് വീണു.

ഏഴാം ക്ലാസിലെ പ്രേമം

1

മൂന്നാം ക്ലാസ് മുതലാണ് സ്കൂൾ ജീവിതത്തിന്റെ ഓർമ്മകൾ ആരംഭിക്കുന്നത്. പക്ഷേ, ഇപ്പോൾ ഞാൻ ആറാം ക്ലാസിലാണ്. എന്റെ ക്ലാസിൽ ഞാൻ പഠനത്തിൽ മൂന്നാമനായിരുന്നു. ഒന്നും രണ്ടും സ്ഥാനങ്ങൾ യഥാക്രമം സബീറും പ്രശാന്തും കൊണ്ടുപോയി. അവർ വലിയവീട്ടിലെ വലിയവരുടെ മക്കൾ. സബീറിന്റെ വാപ്പ എഞ്ചിനീയറായിരുന്നു. പഠനത്തിലെ സ്ഥാനം ക്രമീകരിച്ച് മിടുക്കന്മാരെയെല്ലാം ഒന്നാം ബെഞ്ചിലാണിരുത്തുക. പക്ഷേ, ഒന്നാം ബെഞ്ചിലിരിക്കാൻ എനിക്ക് ഭയമോ, നാണമോ ആയിരുന്നു. അതുകൊണ്ട് ഞാൻ മൂന്നാം ബെഞ്ചിലെ മൂന്നാം നമ്പറായി. അങ്ങനെ ഒന്നും രണ്ടും സ്ഥാനം കഴിഞ്ഞാൽ മുൻ ബെഞ്ചിൽ ചില മരമന്തന്മാർ സ്ഥാനം പിടിച്ചു. എന്റെ കുടുംബത്തിലെ അരുന്ധതി ചെറിയമ്മയുടെ മകൻ അരുൺജിത്തിന് മുൻ ബെഞ്ചിലിരിക്കാൻ ഒരർഹതയുമില്ലായിരുന്നു എന്നിട്ടും അവൻ വലിഞ്ഞുകയറി സ്ഥാനം പിടിച്ചു. അതേയ് ആൺകുട്ടികളായാൽ അങ്ങനെവേണം. അല്ലാതെ എന്നെപ്പോലെയല്ല.

'ഷൈല' അതായിരുന്നു എന്റെ പ്രേമഭാജനത്തിന്റെ പേര്. ഷൈലയോട് പ്രേമം തോന്നാൻ കാരണമായ ഒരു സംഭവത്തോടെ തുടങ്ങാം–

മഴക്കാലത്തിന്റെ ആരംഭമായിരുന്നു, ക്ലാസ് തുടങ്ങിയിരുന്നില്ല. നേർത്ത മഴച്ചാറൽ. ഞങ്ങൾ കുട്ടികളെല്ലാവരും പൊട്ടക്കുളത്തിലെ മാക്രികളെപ്പോലെ കലപില ശബ്ദമുണ്ടാക്കിക്കൊണ്ടിരുന്നു. അങ്ങനെയിരിക്കെ ചുവന്ന പുള്ളിക്കുടയുമായി, കുടയ്ക്ക് ചേരുന്ന ഹാഫ് പാവാടയുമുടുത്ത് അവൾ കയറി വന്നു. അപ്പോൾ കീഴടങ്ങാൻ വിസമ്മതിക്കുന്ന യോദ്ധാവിനെപ്പോലെ ഒരിക്കലും അടയാത്ത ജനാലയിലൂടെ കാറ്റ് ഒരു കള്ളനെപ്പോലെ ക്ലാസ് റൂമിലേക്ക് പതുങ്ങി വന്നു. നനഞ്ഞകുട പെൺപക്ഷത്തേക്ക് ഭാഗിച്ച ഭിത്തിയിൽ ചാരിവെക്കുകയായിരുന്നു കഥാനായിക. അവളുടെ ചുവന്ന ഹാഫ് പാവാട മുകളിലേക്കുയർന്നു. പാവാടത്തുമ്പ് ശരിയാക്കി ഒന്നുമറിയാത്തതുപോലെ ഷൈല യഥാസ്ഥാനത്ത് ചെന്നിരുന്നു.

അതിനുശേഷം ഞാൻ ഷൈലയെ ഗാഢമായി പ്രേമിക്കാൻ തുടങ്ങി. അതിന് മുമ്പ് ഞാൻ ഷൈലയെ ശ്രദ്ധിച്ചിരുന്നോ എന്നോർക്കുന്നില്ല. വഴികാണിച്ച കാറ്റേ നന്ദി.

2

ഞാനാലോചിച്ച് വിസ്മയിച്ചിട്ടുണ്ട്. ഒരിക്കൽ ധരിച്ചവസ്ത്രം ഷൈല പിന്നീട് ഉപയോഗിക്കുന്നില്ലേ എന്ന്. ഉടുപ്പുകളിൽ അത്രയ്ക്ക് വൈവിദ്ധ്യങ്ങൾ.

ഇന്റെർവെല്ലിന് മറ്റു കുട്ടികളെപ്പോലെ ഷൈല പുറത്തേക്ക് പോകാറില്ല. ഞാൻ പെട്ടെന്ന് പുറത്ത് പോയി ശറാപറാന്ന് മൂത്രമൊഴിച്ച് മൂന്നാം ബെഞ്ചിലെ മൂന്നാം നമ്പറിലിരിക്കും; ഷൈലയെ സാകൂതം നിരീക്ഷിച്ചുകൊണ്ട്. അന്നൊന്നും ഒരിക്കൽപ്പോലും അവൾ തിരിഞ്ഞുനോക്കിയില്ല. സ്വന്തം പുസ്തകങ്ങളിലും, ബോർഡിലെ വെള്ളയക്ഷരങ്ങളിലും നോക്കിയങ്ങനെ.

വെക്കേഷൻ വന്നു. പുതുമോടി കഴിഞ്ഞാൽ എനിക്ക് വെക്കേഷനെന്നും വിരസമായിരുന്നു. അധികം കൂട്ടുകാരില്ല, മാറി മാറി പോകാൻ വിരുന്ന് വീടുകളില്ല. ഇന്നത്തെപ്പോലെ ടെലിവിഷനുമില്ല. ഒഴിവുകാലം വിരസമായി തന്നെ കഴിഞ്ഞു പോകുന്നു. സ്കൂൾ തുറക്കുന്നതിന്റെ പത്ത് ദിവസം മുമ്പേ ഒരുക്കങ്ങൾ ആരംഭിക്കുകയായി. പുതിയ വസ്ത്രങ്ങൾ, പുതിയ കുട,

പുസ്തകം, പേന. കൂലിപ്പണിക്കാരനായിരുന്നെങ്കിലും അച്ഛനിക്കാര്യമെല്ലാം വേണ്ടവിധം നിവർത്തിച്ച് തരുമായിരുന്നു.

നന്നായി പഠിക്കുന്ന വിദ്യാർത്ഥിയായിട്ടും കൂടി റിസൾറ്റ് വരുന്ന ദിവസം എനിക്ക് ഭയമാണ്, തോല്ക്കുമോ എന്ന ഭയം. അന്ന് ഇന്നത്തെപ്പോലെ ഒന്നാംക്ലാസ് മുതൽ ഒമ്പതാം ക്ലാസ് വരെ 'സൂപ്പർഫാസ്റ്റ്' വേഗതയിൽ കുട്ടികളെ ഓടിച്ച് വിടുന്ന സമ്പ്രദായമില്ലായിരുന്നു. പഠിച്ചാൽത്തന്നെയേ ജയിക്കൂ.

എന്തായാലും ഞാൻ ജയിച്ചു. ഷൈല ജയിക്കും എന്ന കാര്യത്തിൽ എനിക്ക് ഉറപ്പുണ്ടായിരുന്നു. പുതിയ ക്ലാസിൽ എല്ലാവരും സ്ഥാനം പിടിച്ചു. ജയിച്ചവരെല്ലാം പഴയ ക്രമത്തിൽത്തന്നെ. തോറ്റ വീരന്മാർ പിൻബെഞ്ചിൽ.

എന്റെയിരിപ്പിടം ഭദ്രമാക്കിയശേഷം വരാന്തയിലെ ഇഷ്ടികത്തൂണും ചാരി വിരഹദുഃഖത്തോടെ ഞാൻ കാത്തിരിക്കുകയാണ്. എവിടെ എന്റെ ഷൈല എന്താണവൾ വൈകുന്നത്? അതോ അവൾ വരില്ലേ?

ബെല്ലടിച്ചിട്ടും ഷൈല വന്നില്ല. പുതിയ ക്ലാസ് ടീച്ചറെത്തി. അവൾ വന്നില്ല. ടീച്ചർ ഒരോരുത്തരെയായി പരിചയപ്പെട്ടുകൊണ്ടിരുന്നു. ആ വൈകിയവേളയിൽ അവൾ വന്നു. അതൊരു ഗംഭീരവരവായിരുന്നു. അവളൊരു മഞ്ഞ ചുരിദാറാണ് ധരിച്ചിരുന്നത്. അന്ന് ചുരിദാർ ഫാഷനാവാത്ത കാലമായിരുന്നു. ക്ലാസിൽ മറ്റാർക്കും തന്നെ ആ വസ്ത്രമില്ലായിരുന്നു. ഞാൻ സ്വാതന്ത്ര്യത്തോടെ അവളെ വീക്ഷിക്കുമ്പോൾ മറ്റു രണ്ടു കണ്ണുകൾ കൂടി അവളെ കൊത്തി വലിക്കുന്നത് ഞാൻ കണ്ടു. എനിക്കത് തീരെ ഇഷ്ടമായില്ല. ആ കണ്ണുകൾ അരുന്ധതി ചെറിയമ്മയുടെ മകൻ അരുൺജിത്തിന്റേതായിരുന്നു.

3

ഏഴാംക്ലാസിൽ ഞാൻ എന്നെയും, ഷൈലയെയും താരതമ്യപ്പെടുത്തി ചില പ്രത്യേകതകൾ കണ്ടെത്തി. ഒന്ന് ഷൈല ബെഞ്ചിലെ മൂന്നാം നമ്പറുകാരി, ഞാനുമതെ. രണ്ടാമത് അക്ഷരമാലക്രമത്തിൽ എന്റെ പേർ നമ്പർ - പതിനഞ്ച്. ഷൈലയുടേതുമതെ. ഈ സാമ്യതകൾ ഷൈല മനസ്സിലാക്കി എന്നെ പ്രേമിച്ചാലോ! അതായിരുന്നു എന്റെ പ്രതീക്ഷ.

ഞാൻ സങ്കല്പിച്ചു. ഈ ക്ലാസ് റൂം വിധിന്യായത്തിന് വന്ന ദമ്പതികളുടെ ഒരു കോർട്ടാണ്. എന്റെ ഭാര്യ ഷൈല, സബീറിന് സുഹറ, പ്രശാന്തിന് കോങ്കണ്ണി പുഷ്പലത, അരുൺജിത്തിന് മൂക്കൊലിക്കുന്ന തങ്കമണി. അന്ന് കണ്ട ഏതോ സിനിമയുടെ ഭ്രമാത്മകമായ പര്യവസാനമായിരിക്കും എന്നെ അങ്ങനെ ചിന്തിക്കാൻ പ്രേരിപ്പിച്ചത്.

പതിയെപ്പതിയെ ഞാൻ മനസ്സിലാക്കി. എന്റെ ബെഞ്ചിൽ ഞാൻ മാത്രമല്ല ബാക്കി അഞ്ച് പേരും ഷൈലയെത്തന്നെ

സ്നേഹിക്കുന്നു. ആരെയും വിലക്കാനുള്ള ശാരീരിക ശേഷി എനിക്കില്ലാത്തതിനാൽ വേദനയോടെ ഞാൻ ആ സത്യം അംഗീകരിച്ചു. ഷൈലയെ എപ്പോഴും നോക്കിനോക്കി വലതുവശത്തേക്ക് സ്ഥിരം തല ചെരിക്കുന്നത് കാരണം ഞങ്ങളിൽ ചിലർക്കൊക്കെ പിടലി വേദന പിടിപെട്ടു. അത് സഹിക്കാൻ വയ്യാതായപ്പോൾ ഒരുമയോടെ ഞങ്ങളൊരു തീരുമാനമെടുത്തു. മൂന്നാം നിരയിൽനിന്ന് ഇരിപ്പിടം മാറ്റി ഞങ്ങളൊരു സൈഡ്ബെഞ്ച് തയ്യാറാക്കി. അപ്പോൾ ഞങ്ങൾ പെൺപക്ഷത്തേക്ക് അഭിമുഖമായി. ഷൈലയെ എപ്പോഴും കണ്ട് നിർവൃതിയടയാം. ക്ലാസ് ടീച്ചർ ചോദിച്ചപ്പോൾ ഞങ്ങളിലെ ഒരു ഭാവനാസമ്പന്നൻ ഒരു മറുപടി കണ്ടെത്തി. ബോർഡ് വ്യക്തമായി കാണുന്നതിനുവേണ്ടിയാണ് ഈ മാറ്റം. ടീച്ചർ സംതൃപ്തിയോടെ ശിഷ്യനെ അനുഗ്രഹിച്ചു.

ക്ലാസിൽ ഞാനൊരു ഒറ്റപ്പെട്ട കുട്ടിയായിരുന്നു. എന്റെ ബെഞ്ചിൽ എന്റെ തൊട്ടടുത്തിരിക്കുന്ന മുരളി മാത്രമായിരുന്നു എന്റെ കൂട്ട്. മുരളിയും മരമന്തന്മാരുടെ കൂട്ടത്തിൽപ്പെടും. ഹോംവർക്കും കേട്ടെഴുത്തുമെല്ലാം ഒരു നാണവുമില്ലാതെ അവനെന്നിൽനിന്ന് പകർത്തും. ടീച്ചർ ചോദിച്ചാൽ അവനെന്റെ മുതുകത്ത് ശക്തിയായി തോണ്ടും. ഞാനുത്തരം പതുക്കെ പറയും. അവനതും പകർത്തും. അങ്ങനെ എന്റെ ഔദാര്യത്തിൽ മുരളി സുഖമായി ജീവിച്ചുപോന്നു.

എന്റെ ബെഞ്ചിൽ ഞങ്ങളാറുപേരും ഷൈലയെ പ്രേമിക്കുന്നുവെന്ന് സൂചിപ്പിച്ചല്ലോ. ഞാനതങ്ങ് സഹിച്ചു. അഞ്ചുപേരും ഷൈലയെ സ്നേഹിച്ചോട്ടെ. ഷൈല തിരിച്ച് സ്നേഹിക്കാതിരുന്നാൽ മതിയല്ലോ. അതിന് ഞാനൊരു മുടന്തൻ ന്യായവും കണ്ടെത്തി. ആറു പേരിൽ സുന്ദരൻ ഞാനാണെന്ന്. ഒന്നാം നമ്പറുകാരൻ ഉണ്ണികൃഷ്ണന് പുഴുപ്പല്ലുണ്ട്, രണ്ടാം നമ്പറുകാരൻ പ്രകാശൻ കരിക്കട്ടപോലെ, മൂന്നാം നമ്പറുകാരൻ ഞാൻ, മുരളിക്ക് പ്രത്യേകിച്ച് കുഴപ്പമൊന്നുമില്ല. എങ്കിലും ഞങ്ങളെ രണ്ടുപേരെ താരതമ്യപ്പെടുത്തുമ്പോൾ ഞാനാണ് യോഗ്യൻ. അഞ്ചാം നമ്പറുകാരൻ അനിലിനെ ആരും തിരിഞ്ഞുനോക്കില്ല; ദേഹം മുഴുവൻ കരിംചുണങ്ങ് പിന്നെ അസ്സൽ വായനാറ്റവും.

ഷൈലയുടെ പ്രേമത്തിനായി ഞാൻ/ഞങ്ങൾ കാത്തിരി

ക്കവെ എനിക്ക് പ്രതീക്ഷ തരുന്ന തരത്തിൽ ഒരു സംഭവമുണ്ടായി. എന്റെ വീട്ടിൽ അച്ഛൻ ഒരു വാരിക വരുത്തുന്ന പതിവുണ്ടായിരുന്നു. വായിച്ച് തീരുന്ന വാരിക ഒരു ഗമയ്ക്ക് വേണ്ടി ഞാൻ സ്കൂളിലേക്ക് കൊണ്ടുപോകും. ഒരിക്കൽ വാരികയിൽ സൂപ്പർസ്റ്റാർ മോഹൻലാലിന്റെ മുഖചിത്രം വന്നു. ഞാനത് സ്കൂളിലേക്ക് കൊണ്ടുവന്നു. ആൺകുട്ടികളെല്ലാവരും ആ ചിത്രം കണ്ടു. പെൺകുട്ടികളിൽ ചിലരും കണ്ടു. പിറ്റേദിവസം കോങ്കണ്ണി പുഷ്പലത എന്നോട് സ്വകാര്യത്തിൽ പറഞ്ഞു.

"പ്രദീപ് ഷൈലയ്ക്ക് നിന്റെ കൈയിലുള്ള പുസ്തകം കാണാനാഗ്രഹമുണ്ടത്രെ."

ഞാൻ കോരിത്തരിച്ചു പോയി; ലോകം കീഴടക്കിയ പ്രതീതി. പക്ഷേ, കോങ്കണ്ണി കൈവശം ഞാൻ പുസ്തകം കൊടുത്തില്ല. ഞാൻ പറഞ്ഞു.

"ഷൈല ചോദിച്ചാൽ ഞാൻ പുസ്തകം കൊടുക്കും. ഷൈലയോട് ചോദിക്കാൻ നീ പറയണം."

കോങ്കണ്ണി അത് ഷൈലയോട് പറഞ്ഞിരിക്കണം. ഞാൻ പ്രസന്നഭാവത്തോടെ ഷൈലയെ കാത്തു. എല്ലാ കുട്ടികളും കാണെ ഷൈല എന്നോട് പുസ്തകം ചോദിക്കണം. ഞാനത് കൊടുക്കുന്നതും എല്ലാവരും കാണണം. വെള്ളമിറക്കി നടക്കുന്ന അരുൺജിത്തും അത് കാണണം. അങ്ങനെ എല്ലാവരും ഞങ്ങളെ അംഗീകരിക്കണം. രണ്ട് ക്ലാസ് കഴിഞ്ഞ്, ഒരിന്റർവെല്ലും കഴിഞ്ഞു. പക്ഷേ, ഷൈല എന്നോട് ചോദിച്ചില്ല. ജിജ്ഞാസകൊണ്ട് മൂത്രത്തുള്ളികൾ എന്റെ ട്രൗസറിനെ നനയ്ക്കുന്നുണ്ട്. രണ്ടാമത്തെ ഇന്റർവെൽ വന്നു. ക്ലാസിൽ ഇപ്പോൾ ഞാനും ഷൈലയും മാത്രം. എന്റെ പ്രതീക്ഷകളെല്ലാം അസ്തമിച്ചു കഴിഞ്ഞിരുന്നു. അപ്പോൾ ഷൈല ബെഞ്ചിൽ നിന്നെണീക്കുന്നത് കണ്ടു. അവൾ നടന്ന് വരുന്നു. പുറത്തേക്ക് പോകാനായിരിക്കുമെന്ന് ഞാൻ കരുതി, അല്ല എനിക്ക് തെറ്റി. അവളെന്റെയരുകിലേക്ക് വന്നു; അവൾ മന്ത്രിച്ചു; " ആ പുസ്തകം തരുമോ?"

സന്തോഷംകൊണ്ട് എന്റെ ദേഹം വിറച്ചു. എനിക്കെന്തൊക്കെയോ പറയണമെന്നുണ്ടായിരുന്നു. പക്ഷേ, ശബ്ദിക്കാൻ കഴിഞ്ഞില്ല. ഞാൻ പുസ്തകം അവൾക്ക് കൊടുത്തു. എന്റെ കൈകൾ അവളുടെ വെളുത്ത് തുടുത്ത കുളിരുള്ള വിരലുകളെ അറിയാതെ

സ്പർശിച്ചു. അതെ! അത് സംഭവിച്ചു കഴിഞ്ഞു. പക്ഷേ, ഈ അംഗീകാരനിമിഷങ്ങൾ കാണാൻ മറ്റാരുമില്ലാതെ പോയല്ലോ, അരുൺജിത്ത് പോലും. ആ മഹാദുഃഖം മാത്രം ബാക്കി.

ഈ സംഭവം ഞാൻ മുരളിയോടും, മറ്റുള്ളവരോടും പറഞ്ഞു. അവരാരും അത് വിശ്വസിച്ചില്ല എന്ന് മാത്രമല്ല അങ്ങനെയുണ്ടായാലും അത് ഞങ്ങളംഗീകരിക്കില്ലാ എന്ന മട്ടും. "പോയി പണിനോക്കടാ പൊട്ടന്മാരെ" എന്ന് ഞാൻ മനസ്സിൽ പറഞ്ഞു.

സ്കൂൾ വിട്ടാൽ ഞാനും മുരളിയും ഷൈലയെ അനുഗമിച്ച് പിമ്പേ നടക്കും. അവളുടെ ഒരു നോട്ടത്തിനായി എത്ര കാലമായി വേഴാമ്പലിനെപ്പോലെ കാത്തിരിക്കുന്നു. അവൾ ചെമ്മണ്ണ് റോഡിൽനിന്ന് മലഞ്ചോല കുത്തിയൊലിക്കുന്ന കുന്നിൻപുറത്തേക്കുള്ള ഇടവഴിയിലേക്ക് തിരിയുമ്പോൾ കൺമറയുവോളം ഞങ്ങളവളെ ഇമവെട്ടാതെ നോക്കിനില്ക്കും. പക്ഷേ, അന്ന്.... എന്റെ കൈയിൽനിന്ന് പുസ്തകം വാങ്ങിയ അന്ന് ഷൈല ഇടവഴിയിലേക്ക് തിരിയുമ്പോൾ ഒരു നോട്ടമെറിഞ്ഞു. ഞാനാർത്ത് വിളിച്ചു. ഈശ്വരാ അതെന്നെത്തന്നെ! എന്നെ തന്നെ!!! മുരളിയെ വിട്ട് അമ്മയുടെ പൂവാലി പശുവിന്റെ മൂരിക്കുട്ടനെപ്പോലെ ചെമ്മണ്ണുപൊടി പറപ്പിച്ച് ഞാൻ വീട്ടിലേക്കോടി. ഞാൻ മനസ്സിൽ വിളിച്ച് പറയുന്നുണ്ടായിരുന്നു: "ഷൈല എന്നെ പ്രേമിക്കുന്നു, ഷൈല എന്നെ പ്രേമിക്കുന്നു."

അന്ന് രാത്രി കുറെനേരം ഉറങ്ങാതെ കിടന്നു. രാത്രി കണക്ക് ടീച്ചർ കുഞ്ഞുലക്ഷ്മിടീച്ചറുടെ കടുകട്ടിയുള്ള ഹോംവർക്കുകൾ എന്നെ ഭയപ്പെടുത്തിയില്ല. ഷൈലയെ കല്യാണം കഴിക്കുന്നത് ഞാൻ സ്വപ്നം കണ്ടു. "ഈശ്വരാ അങ്ങനെ സംഭവിക്കണേ, അതിന് വേണ്ടി കൊടിക്കുന്നത്ത് ഭഗവതിക്ക് ഒരു ഗുരുതിക്കുടം കഴിച്ചോളാമേ." ഞാൻ പ്രാർത്ഥിച്ചു.

ഞാൻ തീരുമാനിച്ചു: ഷൈല എന്നെ പ്രേമിക്കാൻ തുടങ്ങിയ സ്ഥിതിക്ക് നല്ല ഉടുപ്പുകൾ തന്നെ ധരിക്കണം. കൂട്ടത്തിൽവെച്ച് ഏറ്റവും നല്ല കാപ്പിക്കളർ ട്രൗസറും, പുള്ളി ഷർട്ടും ധരിച്ചാണ് അന്ന് സ്കൂളിലേക്ക് ചെന്നത്. ബെഞ്ചിലെ മറ്റ് കാമുകന്മാരുടെയെല്ലാം മുഖം അസൂയമൂത്ത് നീര് വന്നതുപോലെയുണ്ട്. മുരളി വിവരങ്ങളെല്ലാം ഇവന്മാരോട് പറഞ്ഞിട്ടുണ്ടാകും. അറിയട്ടെ. എല്ലാവരുമറിയട്ടെ, ലോകം മുഴുവനുമറിയട്ടെ.

പക്ഷേ, ക്ലാസിൽ ഷൈലയ്ക്ക് യാതൊരു ഭാവഭേദവും കണ്ടില്ല; പതിവുപോലെതന്നെ. എന്നാൽ സ്കൂൾ വിട്ട് മടങ്ങുമ്പോൾ ഇടവഴിയിൽനിന്ന് കടാക്ഷം പിന്നെയുണ്ടായി. പിന്നെപ്പിന്നെ അതൊരു പതിവായി. പിന്നീട് അതിനൊപ്പം നേർത്തൊരു പുഞ്ചിരികൂടിയായി. ഷൈല എന്നെ സ്നേഹിക്കുന്നുവെന്നതിന് ഇതിൽ കൂടുതൽ എന്ത് തെളിവ് വേണം. അതിനിടയ്ക്ക് ആ നോട്ടം തന്നോടാണെന്ന് സ്ഥാപിക്കാൻ മുരളി ഒരു ദയനീയശ്രമം നടത്തി പരാജിതനായി. പാവം മുരളി!

ഒരു നാൾ മുരളി എന്റെ ചെവിയിൽ ഒരു രഹസ്യം പറഞ്ഞു. ക്ലാസിലെ സൂപ്പർസ്റ്റാറുകളായ സബീറിനും പ്രശാന്തിനും ഷൈലയുടെ മേൽ കണ്ണുണ്ടത്രെ! മുരളി പിന്നെയും അത് വിപുലീകരിച്ചു. ഒന്നാം നമ്പർ സബീർ തൊട്ട് അവസാനബെഞ്ചിലെ അവസാനക്കാരനായ ചൊറിയൻ കുഞ്ഞാപ്പു വരെ ഷൈലയെ തീവ്രമായി സ്നേഹിക്കുന്നു. ഈശ്വരാ ഈ കശ്മലന്മാർക്കിടയിൽ എന്റെ ഷൈലക്കുട്ടി! ആരെങ്കിലും അവളെ വേദനിപ്പിക്കുന്ന തരത്തിലെങ്ങാനും പെരുമാറിയാൽ എന്റെ വിധം മാറും, അത് വേറെ കാര്യം.

എന്റെ ദിനങ്ങൾ പൊയ്ക്കൊണ്ടിരിക്കുകയാണ്. അതിനിടയിൽ സിനിമാനടി പാർവ്വതിയുടെ മുഖചിത്രമുള്ള വാരിക എനിക്ക് കിട്ടി. ആൺകുട്ടികൾ എല്ലാവരും നോക്കി. പെൺകുട്ടികളിൽ ഷൈലയ്ക്ക് മാത്രമേ കൊടുക്കൂ എന്ന് ഞാൻ ശപഥം ചെയ്തിരുന്നു. പലരും ചോദിച്ചു, കൊടുത്തില്ല. ഷൈല ചോദിക്കട്ടെ. ഒന്നും...രണ്ടും, മൂന്നും ദിവസങ്ങൾ കഴിഞ്ഞിട്ടും ഷൈല ചോദിച്ചില്ല. എന്തുപറ്റി ഷൈലയ്ക്ക്? കടാക്ഷം ഇപ്പോഴുമുണ്ട്, പക്ഷേ...! ഒരാഴ്ച കഴിഞ്ഞിട്ടും ഷൈല ചോദിച്ചില്ല. ഞാൻ സങ്കടമടക്കി. ഒരുപക്ഷേ, അവൾക്കിത് വേണ്ടായിരിക്കും. അല്ലാതെ എന്നെ ഇഷ്ടമില്ലാഞ്ഞിട്ടൊന്നുമായിരിക്കില്ല. അങ്ങനെ സമാധാനിക്കാൻ നോക്കി.

അങ്ങനെയിരിക്കെ ഒരുനാൾ കോങ്കണ്ണി പുഷ്പലത ചോദിക്കുന്നു.

"നോക്കൂ എനിക്കാ പുസ്തകം വേണം"

ഞാൻ തിരിച്ചു ചോദിച്ചു.

"ഷൈലയ്ക്കാണോ"

"എയ് അല്ല എനിക്കാണ്."

"ഞാൻ തരില്ല"

"അതെന്താ എന്നെ ഇഷ്ടമല്ലേ?"

"പുഷ്പലതേ...." എന്റെ ശബ്ദം ഉച്ചത്തിലായി. പിന്നെ മനഃപൂർവ്വം ശാന്തത വരുത്തി ഞാൻ നാടകീയമായി പറഞ്ഞു:

"എന്നോടങ്ങനെയൊന്നും പറയരുത്. ഞാൻ പുഷ്പലതയെ ഐ ലൗ യു ചെയ്യുന്നില്ല; ഒരനിയത്തിയായാണ് കരുതുന്നത്. ഷൈലയെമാത്രമേ ഞാൻ സ്നേഹിക്കൂ. ഷൈല.."

ഇത്രയും പറഞ്ഞ് ഞാൻ വെട്ടിത്തിരിഞ്ഞപ്പോൾ പിന്നിൽ പുഷ്പലതയില്ല. അവൾ അവളുടെ ഇരിപ്പിടത്തിലെത്തിയിരുന്നു. വരാന്തയിൽ നിന്നായതുകൊണ്ടു ഞാൻ പറഞ്ഞത് മറ്റാരും കേട്ടില്ല. പാവം പുഷ്പലത! അവൾക്ക് വിഷമമായിരിക്കും. ഒരു പക്ഷേ, അവൾ കരയുകയാവും. എന്തുചെയ്യും! താൻ ഷൈലയെ സ്നേഹിക്കുന്നത് അവളറിഞ്ഞു കാണില്ല. അതുകൊണ്ടാകും അവൾ പ്രേമാഭ്യർത്ഥന നടത്തിയത്. എന്താ ചെയ്യാ പെൺകുട്ടികളുടെ ഒരു കാര്യം.

ഒരു ദിവസം മുരളി എന്റെ ചെവിയിൽ മറ്റൊരു അണു ബോംബ് പൊട്ടിച്ചു. സ്കൂളിലെ ആഗോളവില്ലന്മാർ കുറുക്കൻ വാപ്പുവും, അരിമ്പാറ വാസുവും ഷൈലയെ രഹസ്യമായി സ്നേഹിക്കുന്നുണ്ടത്രെ! പ്രേമക്കത്ത് കൊടുക്കാൻ വേണ്ടി അവർ മലയാളം തെറ്റില്ലാതെ എഴുതാൻ പഠിക്കുന്നുണ്ടത്രേ! ഈശ്വരാ ഇതെന്ത് വിധി. ഈ സ്കൂളിലെ മുഴുവൻ കാലമാടന്മാർക്കും സ്നേഹിക്കാൻ എന്റെ ഷൈലക്കുട്ടി മാത്രമേയുള്ളോ.

ഞാൻ തീവ്രമായി പ്രാർത്ഥിച്ചു: "ഈശ്വരാ അവർക്ക് നല്ലബുദ്ധി തോന്നിക്കണേ. അവരോടെതിരിടാനുള്ള കെല്പെനിക്കില്ല. അതുകൊണ്ട്..."

എന്റെ ബെഞ്ചിലെ എല്ലാവരും എന്റെ പ്രേമത്തെ അംഗീകരിച്ചുവരുകയായിരുന്നു. അപ്പോഴാണ് എല്ലാം തകിടം മറിച്ച ആ മഹാസംഭവമുണ്ടായത്.

അന്ന് അവധി ദിനമായിരുന്നു. അമ്മ അമ്മാമയുടെ പറമ്പിലെ വരിക്കച്ചക്കയിട്ട് ചക്ക കൂട്ടാൻ വെച്ചു. ചക്കക്കൂട്ടാൻ നല്ല സ്വാദാണ്. എത്ര കഴിച്ചാലും മതിവരില്ല. ഞാൻ മൂക്കുമുട്ടെ കഴിച്ചു. എന്നിട്ട് കരിമ്പൻ പ്രകാശന്റെ വീട്ടിൽ പോയി കളിച്ചു.

പിന്നെയും ചക്കക്കൂട്ടാൻ കഴിക്കും. വീണ്ടും കളിക്കും. രാത്രിയായി പ്രേമഭാജനത്തേയും സ്വപ്നം കണ്ട് ഞാൻ സുഖമായുറങ്ങി. പിറ്റേന്ന് കാപ്പിക്കളർ ട്രൗസറും, പുള്ളിഷർട്ടുമിട്ട് പതിവുപോലെ സ്കൂളിലേക്ക് പോയി. ഷൈലയേയും ധ്യാനിച്ച് ഞാൻ ക്ലാസിലിരുന്നു. രണ്ടാമത്തെ ക്ലാസാരംഭിച്ചപ്പോഴേ നേരിയ ഒരു വയറുവേദന തോന്നിത്തുടങ്ങി. ഇന്റർവെല്ലിന് പുറത്ത് പോയി മൂത്രമൊഴിച്ചു. അടുത്ത ക്ലാസിൽ വയറുവേദന കലശലായി. സഹിച്ചിരുന്നു. രാവിലെ അപ്പിയിടാൻ മറന്നതിനെ മനസ്സിൽ പ്രാകി. സ്കൂളിൽ കക്കൂസില്ല, സ്കൂളിനപ്പുറത്തെ നെല്ലിക്കക്കാട്ടിൽ പോയി കാര്യം സാധിക്കാം. പക്ഷേ, ടീച്ചറോട് പറയാൻ നാണം. ഷൈലയടക്കം എല്ലാവരും അറിയും. പിന്നെയെങ്ങനെ ഷൈലയുടെ മുഖത്ത് നോക്കും. ഈയൊരു നിസ്സാര കാര്യത്തിന് വേണ്ടി മാനം കളയാൻ വയ്യ! കടിച്ചുപിടിച്ചിരുന്നു. ഇനിയൊരു ക്ലാസ് കൂടി കഴിഞ്ഞാൽ രണ്ടാമത്തെ ഇന്റർവെല്ലായി. അപ്പോൾ നെല്ലിക്കക്കാട്ടിലേക്ക് പോകാം. "അതുവരെ ഈശ്വരാ കാക്കണേ..."

ഭഗവതിക്കൊരു ഗുരുതിക്കുടം, ഗണപതിക്കൊരു നാളികേരം, വഴിപാടുകൾ പലതും നേർന്നു. പക്ഷേ, വയറുവേദന അസഹ്യമായി തുടങ്ങി. ഇന്റർവെല്ലിന് കുറച്ച് സമയംകൂടിയുണ്ട്. മാത്രമല്ല കണക്ക് ടീച്ചർ കുഞ്ഞുലക്ഷ്മിടീച്ചറുടെ ക്ലാസുമാണ്. ടീച്ചർ ഭയങ്കരിയാണ്. പിടിച്ചുനിർത്തി പിടിച്ചുനിർത്തി എപ്പോഴോ എനിക്ക് സഹിക്കാനായില്ല. ഞാൻ ഇരുന്ന ഇരുപ്പിൽ ഒന്നുമറിയാത്തതുപോലെ ശരിക്കുമങ്ങ് അപ്പിയിട്ടു. പുള്ളിട്രൗസർ വലിഞ്ഞുമുറുകി. അപ്പോഴതാ കേൾക്കുന്നു ഇന്റർവെൽ മണിയടി. ടീച്ചർ പുറത്തേക്ക് പോയി, കുട്ടികൾ പോയി. ഞാനും ഷൈലയും ഏതാനും പെൺകുട്ടികളും മാത്രം ബാക്കി. ഞാനെങ്ങനെ ഇവരുടെ മുന്നിൽനിന്ന് പുറത്ത് പോകും? ട്രൗസർ കവിഞ്ഞ് അപ്പി ബെഞ്ചിലേക്കും പടർന്നിരിക്കുന്നു. ഭഗവതിയും ഗണപതിയും ചതിച്ചിരിക്കുന്നു. അവർക്ക് ഗുരുതിയും വേണ്ട, നാളികേരവും വേണ്ട. ഇനിയെന്ത് ചെയ്യും! എല്ലാവരും പൊയ്ക്കഴിഞ്ഞ് ഇവിടെനിന്ന് എണീക്കാം. അതിനിനി രണ്ട് ക്ലാസ് കൂടിയുണ്ട്. പക്ഷേ, അതുവരെ!! അപ്പോൾ കോങ്കണ്ണി പുഷ്പലത

എന്നെ ചൂണ്ടി ഷൈലയോടെന്തോ സ്വകാര്യം പറയുന്നത് കണ്ടു. പിന്നെ പെൺകുട്ടികളോരോരുത്തരായി എന്നെ നോക്കുന്നു. എല്ലാം തകർന്ന് തരിപ്പണമാകുകയാണോ! അതാ പെൺകുട്ടികൾ മൂക്ക് പൊത്തുന്നു. ആദ്യം ഷൈല! അതെ അവരറിഞ്ഞുകഴിഞ്ഞു!! ഇനി പിടിച്ച് നില്ക്കാനാവില്ല! ഞാൻ പതുക്കെ പിന്നിലെ ഭാരത്തോടെയെണീറ്റ് പിൻവശത്തെ കമ്പിയും കൊളുത്തുമില്ലാത്ത ജനാലയിലൂടെ പുറത്തേക്ക് ചാടി. പിന്നെ തൂറ്റല് പിടിച്ച പശുവിനെപ്പോലെയോടി. ഓടിയോടി വീട്ടിലെത്തി അമ്മയെ കെട്ടിപ്പിടിച്ച് കരഞ്ഞു. അമ്മയെന്റെ ട്രൗസറഴിച്ചു. ട്രൗസറിലേക്ക് ഞാനൊന്നേ നോക്കിയുള്ളൂ. "അയ്യേ!"

കക്കൂസിൽ കയറി വൃത്തിയാക്കുമ്പോൾ ഓർത്തു: എന്റെ ദിവ്യപ്രേമം! മണ്ണാങ്കട്ട, എല്ലാം അവസാനിച്ചിരിക്കുന്നു. ഷൈലയിനി ഒരിക്കലും തന്നെ പ്രേമിക്കില്ല, ആരും പ്രേമിക്കില്ല; പുഷ്പലതപോലും. നാളെ സ്കൂളിൽ പോകുന്ന കാര്യം ആലോചിക്കാനേ വയ്യ! എല്ലാവരുമിപ്പോൾ അറിഞ്ഞുകാണും. മനസ്സിൽ ഭീകരമായൊരു ചിത്രം തെളിഞ്ഞുവരുന്നു. കഴിഞ്ഞ കൊല്ലം തൊണ്ണൻ രാജഗിരീഷ് ട്രൗസറിൽ അപ്പിയിട്ടപ്പോൾ 'ട്രൗസർതൂറി' യെന്ന് പറഞ്ഞ് തോണ്ടിവിളിച്ചവരുടെ കൂട്ടത്തിൽ താനുമുണ്ടായിരുന്നു. അപ്പോൾ നാളെ ഷൈലയുടെയും മറ്റെല്ലാവരുടെയും മുന്നിൽ തന്റെ വിധി ?

ഈശ്വരാ നാളെ പ്രഭാതം പുലരാതിരിക്കട്ടെ, ഇനിയൊരിക്കലും പുലരാതിരിക്കട്ടെ. അങ്ങനെയെങ്കിൽ അമ്മയോട് പറഞ്ഞ് ഭഗവതിക്കൊരു ഗുരുതിക്കുടം, ഗണപതിക്കൊരു നാളികേരം എന്റെ വക.

ചട്ടമ്പി

എനിക്കൊരു വ്യാമോഹമുണ്ടായിരുന്നു സ്കൂളിലെ സൂപ്പർ ചട്ടമ്പി ഞാനാകണമെന്ന്. നിലവിൽ സ്കൂളിലെ സ്ഥാനം 'കുറുക്കൻ വാപ്പു'വിനും 'അരിമ്പാറ വാസു'വിനുമാണ്. അവർ ഹൈസ്കൂളുകാരാണ്. ഞാൻ യു. പിയും. എന്റെ ക്ലാസിൽ ചട്ടമ്പി സ്ഥാനം 'ചൊറിയൻ കുഞ്ഞാപ്പു'വിനും 'വെള്ളാമ സുനി'ക്കുമാണ്. അവർക്ക് എന്തൊരു പവറാണേ! ഹെഡ്മാസ്റ്ററെപോലും പേടിയില്ല. അവർ ഭാഗ്യജന്മങ്ങൾ, വീരചട്ടമ്പികൾ!

ചൊറിയൻ കുഞ്ഞാപ്പുവിനെ എല്ലാവർക്കും ഭയവും ആരാധനയുമാണ്. അദ്ദേഹത്തിന് എഴുതാനുള്ള പേനയും, പേപ്പറുമൊക്കെ ആരാധകരുടെ സംഭാവനയാണ്. എല്ലാ ഉത്തരക്കടലാസിലും അദ്ദേഹത്തിന് വട്ടപ്പൂജ്യമായിരുന്നു. ചൊറിയന് പതിവായി ഗൃഹപാഠം ചെയ്തുകൊടുക്കേണ്ടത് എന്റെ കടമയായിരുന്നു. ആ നിലയ്ക്ക് എനിക്ക് ചൊറിയനിൽ സ്വാധീനമുണ്ട്. രണ്ടാം ഡിവിഷനിലെ ഹൈദ്രോസ് ഭംഗിയുള്ള എന്റെ ബോൾപേന മോഷ്ടിച്ചപ്പോൾ അത് തിരികെ വാങ്ങാൻ എനിക്ക് വേണ്ടി സുധീരമായി പോരാടിയത് ചൊറിയനായിരുന്നു. ചൊറിയനുമായുള്ള ആ സംഘട്ടനത്തിലാണ് ഹൈദ്രോസിന്റെ മുൻവശത്തെ പല്ല് അടർന്നത്. പിന്നെ ഹൈദ്രോസ് 'പൽപൊട്ടൻ' ഹൈദ്രോസായി.

ആഴ്ചയിൽ ഒന്നോ രണ്ടോ വട്ടം ചൊറിയനുമായി ക്ലാസിലോ മറ്റു ഡിവിഷനുകളിൽവെച്ചോ സംഘട്ടനമുണ്ടാകും. ചൊറിയന്റെ സംഘട്ടനം- അതൊരു കാണേണ്ട കാഴ്ചതന്നെ. ആദ്യം ശത്രുവിനെ അദ്ദേഹം സാധാരണഗതിയിൽ നേരിടും. അതായത് അടി, ഇടി, കടി, കുത്ത്,പിച്ചൽ,ഞെക്കൽ, ഇത്യാദി പ്രയോഗങ്ങളെ ശത്രു അതിജീവിക്കുന്നുവെങ്കിൽ ചൊറിയൻ മനസ്സിലാക്കും തന്റെ 'ഫേവറൈറ്റ് ഐറ്റം' പ്രയോഗിക്കാനുള്ള സമയമായിക്കഴിഞ്ഞുവെന്ന്. അതിനായി ആദ്യം ചൊറിയനൊന്ന് പിൻവാങ്ങും. പിന്നെ രണ്ട് ബഞ്ചുകൾ ഒന്നൊന്നിന് മീതെ അട്ടിയിടും. ഇതിന് ചൊറിയനെ സഹായിക്കാൻ ഒരാരാധകവൃന്ദം എപ്പോഴും കൂടെയുണ്ടാവും. പിന്നീട് ഹർഷാരവത്തോടെ, ഗുരുവിന് ധ്യാനിച്ച് (ആരാണാവോ ഗുരു?ചാത്തനോ, ഒടിയനോ?) ചൊറിയൻ ശത്രുവിന്റെ മുകളിലേക്കൊരു ചാട്ടമാണ്. വീഴ്ചയിൽത്തന്നെ ശത്രുവിന്റെ കണ്ണു രണ്ടും പൊത്തി വേഗത്തിൽ വട്ടംകറക്കി നിലത്തേക്കെറിഞ്ഞ് മുതുകിനൊരു ചവിട്ടും. അതെ ശത്രുവിന്റെ കഥ കഴിഞ്ഞു. അപ്പോൾ ഞങ്ങൾ കരഘോഷം മുഴക്കും, ആർത്തു വിളിക്കും. 'ചൊറിയൻ കീ ജയ്.' പക്ഷേ, ഇവിടെയും ശത്രു പരാജിതനായില്ലെങ്കിലോ! ഒരിക്കൽ അങ്ങനെയും സംഭവിച്ചു. മറ്റൊരു സ്കൂളിൽനിന്ന് പുതുതായി വന്ന ഒരു വരത്തൻ ഏഴാംക്ലാസിൽ ചേർന്നു. ചൊറിയന്റെ തിളക്കത്തെക്കുറിച്ച് അവനറിയില്ല. പുതുക്കമല്ലേ പാവം. അവൻ ചൊറിയനുമായൊന്നുടക്കി. അത് സംഘട്ടനത്തിൽ കലാശിച്ചു. പക്ഷേ, ഫേവറൈറ്റ് ഐറ്റത്തിലും അവൻ കീഴടങ്ങിയില്ല. അപ്പോൾ ചൊറിയൻ ചെയ്തതെന്തെന്നോ! തന്റെ വലതുകൈത്തണ്ടയിലെ മൊരുമൊരുത്ത വട്ടച്ചൊറി ശത്രുവിന്റെ വായിൽവച്ച് തേച്ചു. ഓക്കാനിച്ച് ഓടാൻ ശ്രമിച്ച വരത്തനെ മൂക്കിനിടിച്ച് ചൊറിയൻ വീഴ്ത്തി. പിന്നീട് അവൻ ചൊറിയന്റെ മുഖ്യ അനുയായിത്തീർന്നു. ഒരിക്കൽക്കൂടി 'ചൊറിയൻ കീ ജയ്.'

ഈ സമയത്ത് തന്നെ കുറുക്കൻ വാപ്പുവിന്റേയും പുതുതായി ഉദയംചെയ്യുന്ന താരങ്ങളുടെയും 'ആഗോള യുദ്ധങ്ങൾ ' അപ്പുറത്ത് നടക്കുന്നുണ്ടായിരുന്നു. അതൊന്നും കാണാൻ പലപ്പോഴും എനിക്ക് ഭാഗ്യമുണ്ടായില്ല. ഞാൻ കേവലം ഒരു യു

പി പക്ഷേ, ധീരകഥകൾ കേട്ടറിയും. ചൊറിയൻ കുഞ്ഞാപ്പുവിന്റെ വകയിലെ ഒരു ബന്ധുവായിട്ട് വരുമത്രെ കുറുക്കൻ വാപ്പു. ആ നിലയിൽ ചൊറിയനും , കുറുക്കനും തമ്മിൽ സംസാരിക്കുന്നത് ഞാൻ പലവട്ടം കണ്ടിട്ടുണ്ട്. അപ്പോഴൊക്കെ ഞാനവരെ ആദരപൂർവ്വം നമിക്കും.

മനസ്സ് മോഹിച്ചുതുടങ്ങി. അവരെപ്പോലെ ഒരു ചട്ടമ്പിയായി തീരാൻ എന്താണ് വഴി? ചട്ടമ്പിയായാൽ പല പല മെച്ചങ്ങളുണ്ട്. നല്ലവണ്ണം പഠിക്കേണ്ടതില്ല. ചക്കാത്തിന് മറ്റുള്ളവരുടെ കൈയിൽനിന്നും മിഠായിയും, ഐസ്ക്രീമുമടിക്കാം. പേപ്പർ, പേന, നെയിംസ്ലിപ്പ് എല്ലാം മറ്റുള്ളവർ തരും. പരിശുദ്ധമായ സ്നേഹവും, ബഹുമാനവും വേറെ. പക്ഷേ, ചട്ടമ്പിയാവാൻ എന്താണ് വഴി? ഈ പറയുന്ന കക്ഷികളാരും ജന്മനാ ചട്ടമ്പികളായതല്ല, കഠിനാദ്ധ്വാനവും, അർപ്പണബോധവുമുണ്ടതിനു പിന്നിൽ. അപ്പോൾ ചട്ടമ്പിയാകണമെങ്കിൽ ആരെയെങ്കിലും തോല്പിച്ച് പേരെടുത്തേ പറ്റൂ. ഞാൻ തലപുകഞ്ഞാലോചിച്ചു. ആരെയാണ് തോല്പിക്കുക? അടിച്ച് തുടങ്ങിയാൽ ജയിച്ചേ പറ്റൂ. അല്ലെങ്കിൽ ഉള്ള വിലയും പോകും അങ്ങനെ എനിക്ക് തല്ലി പേരെടുക്കാൻവേണ്ടി ഞാനൊരു ഇരയെ തിരഞ്ഞെടുത്തു. എന്റെ ക്ലാസിലെ എല്ലിച്ച് ഏറ്റവും ദുർബ്ബലനായ 'അരുൺജിത്ത്.'

അരുൺജിത്തിനെ തോല്പിക്കാനെന്നെക്കൊണ്ടാവും എന്നെനിക്കുറപ്പുണ്ടായിരുന്നു. പക്ഷേ, വെറുതെ തല്ലിയാൽ പോരാ. അതിനൊരു കാരണം വേണം. തല്ല് കാണാനാളും വേണം. അങ്ങനെയിരിക്കെ അതാവരുന്നു അവസരം. എന്റെ റിനോൾഡ്സ് പേന കാണാതാവുന്നു. (ഞാൻ തന്നെ പറ്റിച്ച പണി!) ഞാൻ നേരെപോയി അരുൺജിത്തിന്റെ ഇൻസ്ട്രുമെന്റ് ബോക്സിൽ തിരയുന്നു. തൊണ്ടി കൈയോടെ പിടികൂടുന്നു. ഞങ്ങൾ തമ്മിൽ വാക്ക് തർക്കമുണ്ടാകുന്നു. ഞാൻ ശ്രദ്ധിച്ചു, ക്ലാസിലിപ്പോൾ ചൊറിയനുൾപ്പെടെ എല്ലാവരുമുണ്ട്. ഞാനടി തുടങ്ങുന്നു. അടി എന്നുവച്ചാൽ കിടിലൻ അടി. അടിയോടൊപ്പം 'ഠിഷ്യം, ഠിഷ്യം ' എന്നൊരു പശ്ചാത്തല ശബ്ദവും ഞാനുണ്ടാക്കുന്നുണ്ട്. പക്ഷേ, അരുൺജിത്ത് വേഗം കീഴടങ്ങി. പിന്നെ ഓഫീസ് മുറിയുടെ അരികിലേക്ക് ഓടിപ്പോയി. പെൺപക്ഷത്തു

നിന്നും ഒരു കൂട്ടച്ചിരി മുഴങ്ങി. ഞാൻ ഗംഭീരഭാവത്തോടെ തറയിൽ നിന്നെഴുന്നേറ്റു. പക്ഷേ, പ്രതീക്ഷിച്ചപോലെ കരഘോഷമുണ്ടായില്ല. ആരുടെയും അഭിനന്ദനവും കിട്ടിയില്ല. എങ്കിലും ഞാനൊരാളെ ജയിക്കുന്നതിന് എല്ലാവരും സാക്ഷിയായിരിക്കുന്നു. പക്ഷേ, ഇങ്ങനെയൊരു സംഭവമേ ഉണ്ടാകാത്തതുപോലെ ചൊറിയന്റെ ഭാവം. ഒരു തല്ല് ജയിച്ചിട്ടും എനിക്കൊരു 'വെയിറ്റ്' കിട്ടുന്നില്ല. അതാണിപ്പോഴത്തെ പ്രശ്നം. അതിന് കാരണം എനിക്ക് മനസ്സിലായി. എന്റെ എതിരാളി വളരെ വളരെ ദുർബ്ബലനായിരുന്നു.

ഞാനൊരു പടികൂടി കടന്ന് ചിന്തിച്ചു. ശക്തനായ ഒരു എതിരാളിയെ വേണം ഇനി തറപറ്റിക്കാൻ. എങ്കിലേ പരക്കെ അംഗീകരിക്കപ്പെടൂ. ആരാകണം അയാൾ? ഒന്ന് ജയിച്ച ആത്മവിശ്വാസം ഇപ്പോഴുണ്ട് എന്റെയുള്ളിൽ സിനിമയിലെ സംഘട്ടന പാശ്ചാത്തല വാദ്യത്തോടെ ഒരു രൂപം തെളിഞ്ഞുവന്നു. 'വെള്ളാമ സുനി'. അവനെ ജയിച്ചാൽ ഞാനൊരു ചട്ടമ്പിയായതു തന്നെ. പലയങ്കത്തിലും 'വെള്ളാമ 'ജയിച്ചിച്ചുണ്ട്. ചിലതിലെല്ലാം തോറ്റിട്ടുമുണ്ട്. ഈ അവസാനം നടന്ന മൂന്നങ്കത്തിലും വെള്ളാമ തുടരെ തുടരെ തോറ്റ് 'ഫോം' നഷ്ടപ്പെട്ട അവസ്ഥയിലാണിപ്പോൾ. ഈയവസരം മുതലാക്കിയാൽ...

വെള്ളാമ എന്നെക്കാൾ സീനിയറും, ശക്തനുമായിരുന്നു. പക്ഷേ, ചട്ടമ്പിയാകാനുള്ള മോഹം അതൊന്നും കാര്യമാക്കാൻ എന്നെ അനുവദിച്ചില്ല. എത്രയും പെട്ടെന്ന് എനിക്ക് ചട്ടമ്പിയാകണം അതിന് വേണ്ടി എന്തും ചെയ്യും.

ഞാൻ ദിവസം നിശ്ചയിച്ചു. കാരണവും കണ്ടെത്തി. പതിവുപോലെ എന്റെ റിനോൾഡ്സ് പേനയതാ വെള്ളാമയുടെ ഇൻസ്ട്രുമെന്റ് ബോക്സിൽ! മറ്റെല്ലാവരുടെയും സാന്നിദ്ധ്യത്തിൽ ഞങ്ങൾ തമ്മിൽ ഉന്തും തള്ളുമായി. പിന്നെയത് അടിപിടിയിൽ കലാശിച്ചു. പക്ഷേ, ഇക്കുറി ഞാൻ ശരിക്കും വെള്ളംകുടിച്ചു പോയി. അരുൺജിത്തല്ല വെള്ളാമ സുനി! ഒന്നോ രണ്ടോ ഇടി ഞാൻ കൊടുത്ത് കാണും. പിന്നെ ഞാൻ നിഷ്പ്രഭനായി വെള്ളാമയുടെ ചെണ്ടപ്പുറമായി. വെള്ളാമ ശരിക്കുമെന്റെ ദേഹത്തുകൂടി മേഞ്ഞു. ഒന്നെതിർക്കാൻ പോലുമാവാതെ അടി

കൊണ്ടെന്റെ പുറംപൊളിഞ്ഞു. ഞാൻ ഉച്ചത്തിൽ കരഞ്ഞ് തുടങ്ങി. അതവന്റെ ആവേശം വർദ്ധിപ്പിച്ചതേയുള്ളൂ. നഷ്ടപ്പെട്ട 'ഫോം' തിരിച്ചുകിട്ടിയ സന്തോഷത്തിലായിരുന്നു വെള്ളാമ. ഞാൻ ഓടിപ്പോകാനൊരു ശ്രമം നടത്തി. അതും നടന്നില്ല.

ചട്ടമ്പിയാകാനുള്ള എന്റെ മോഹം ഐസ് പോലെ ഉരുകിക്കഴിഞ്ഞിരുന്നു. എന്നിട്ടും വെള്ളാമയെന്നെ വിട്ടില്ല. അവനെന്റെ തലമുടിയിൽ പിടിച്ച് നടുംപുറത്ത് കയറിയിരുന്നു. പിന്നെ ഈണത്തോടെ ചോദിച്ചു- "നീയിനി തല്ലിന് വരോ?"

ഞാൻ പറഞ്ഞു- "ഇല്ല്ലാ"

"ഇനി തല്ലിന് വരോ?"

"ഇല്ല്ലാ"

ഞാൻ കരഞ്ഞ് കരഞ്ഞലിയവെ വെള്ളാമയ്ക്ക് ചുറ്റും ആർപ്പുവിളിയും കരഘോഷവുമുയർന്നു. അരുൺജിത്തിന്റെ, ചൊറിയൻ കുഞ്ഞാപ്പുവിന്റെ, അരിമ്പാറ വാസുവിന്റെ....അങ്ങനെയങ്ങനെ.....

കുഞ്ഞാട്

കുഞ്ഞാടിനെ അമ്മ വാങ്ങിയത് മലമുകളിലെ ഒരു വീട്ടിൽനിന്നായിരുന്നു. അവിടെ ധാരാളം ആടുകളുണ്ടായിരുന്നു. ഞാനും അമ്മയും കൂടിയാണ് കുഞ്ഞാടിനെ കൊണ്ടുവരാൻ പോയത്. ഞങ്ങളെ കണ്ടപാടെ ഒരു പ്രത്യേക ഇഷ്ടം പോലെ കുഞ്ഞാട് ഞങ്ങളെ നോക്കി ഈണത്തിൽ കരഞ്ഞു–

'മ്മേ......മ്മേ......'

ദേഹം മുഴുവൻ വെളുത്ത രോമങ്ങൾ നിറഞ്ഞ ചന്തം തികഞ്ഞ ആട്ടിൻകുട്ടിയായിരുന്നു കുഞ്ഞാട്. അരിഷ്ടിച്ചു കഴിയുന്ന ഒരു ദരിദ്രവീട്ടിൽനിന്നും രക്ഷപ്പെട്ട് വന്നപോലെയായിരുന്നു ഞങ്ങളുടെ വീട്ടിൽ വന്നപ്പോൾ അവളുടെ പെരുമാറ്റം.

ഞങ്ങളുടെ വീടിന് പിന്നിലുള്ള പുല്ലാനിക്കാട്ടിലെ കാറയിലയും ശീമയിലയും അവൾ വയറ് നിറയെ തിന്നും. അവൾ ഒരു രാജകുമാരിയെപ്പോലെ ഞങ്ങളുടെ വീട്ടിൽ കഴിഞ്ഞു.

കുഞ്ഞാട് വലുതായി. മദിപ്പാട് കാട്ടിയപ്പോൾ എടച്ചലക്കുന്നിലെ കൊറ്റനാടിന്റെ അടുത്തേക്ക് അമ്മ അവളെ കൊണ്ടുപോയി. ആറ് മാസം കഴിഞ്ഞപ്പോൾ കുഞ്ഞാട് പ്രസവിച്ചു. മഴയുള്ള ഒരു രാത്രിയായിരുന്നു അവൾ പ്രസവിച്ചത്. കന്നിപ്രസവമായതുകൊണ്ട് കുഞ്ഞാട് ഉറക്കെയുറക്കെ കരഞ്ഞു. അന്ന് രാത്രി അമ്മയും ഞാനുമുറങ്ങിയില്ല. അമ്മ രക്ഷസ്സിനും

ഗുളികനും പണമുഴിഞ്ഞ് വെച്ചപ്പോൾ മൺദൈവങ്ങൾ പ്രസാദിച്ചു. കുഞ്ഞാട് പ്രസവിച്ചു. ഓമനത്തമുള്ള ഒരാണാട്. ഞങ്ങളവന് പേരിട്ടു-ടുട്ടു; ടുട്ടുമോൻ

ടുട്ടുമോൻ കേമനായി വളർന്നു. അപ്പുറത്തുമിപ്പുറത്തുമുള്ള പല വമ്പൻമാരേയും അവൻ കുത്തുമത്സരത്തിൽ തോല്പിച്ചു.

ടുട്ടുമോന് ഒരു വയസ്സ് തികയാറായപ്പോഴേക്കും അറവുകാരൻ കമ്മാലി- ദുഷ്ടൻ ടുട്ടുമോനെ വാങ്ങാൻ ഞങ്ങളുടെ വീട്ടിലെ നിത്യ സന്ദർശകനായി മാറി. അമ്മയും, കമ്മാലിയും വിലപേശിക്കൊണ്ടിരുന്നു. ഞാനമ്മയോട് കേണു-'ഞാൻ വലുതായാൽ ടുട്ടുമോന്റെ വില ഞാനമ്മയ്ക്ക് തരാം ടുട്ടുമോനെ കൊടുക്കല്ലേ.'

കമ്മാലി ദുഷ്ടനാണ്. എത്രയെത്ര ആടുകളെയാണ് കമ്മാലി കൊല്ലുന്നത്. സ്കൂളിലേക്ക് പോകുമ്പോൾ 'വടക്കുമുറി'യിലെ അറവുശാലയിൽ കൊന്ന് തൊലിയുരിഞ്ഞ ആടുകളെ വരിവരിയായി കെട്ടിത്തൂക്കിയത് കാണാം. ഞാൻ ദിവസവും പ്രാർത്ഥിച്ചു. "കമ്മാലി ദുഷ്ടൻ ചത്തുപോകട്ടെ."

ദൈവം എന്റെ പ്രാർത്ഥന കേട്ടില്ല. ഒരു ദിവസം സ്കൂൾ കഴിഞ്ഞ് വന്നപ്പോൾ ടുട്ടുമോനില്ല. ടുട്ടുവിനെ കമ്മാലി കൊണ്ടുപോയെന്ന് അമ്മ പറഞ്ഞു. അവനെ നോക്കിയ വകയിലെ നോട്ടക്കൂലിയായി കമ്മാലി എനിക്ക് രണ്ടുരൂപ അമ്മ കൈവശം കൊടുത്തേല്പിച്ചിരുന്നു.

അന്നു രാത്രി ഞാനുറങ്ങിയില്ല. ടുട്ടുവിനെ നഷ്ടപ്പെട്ട കുഞ്ഞാടിന്റെ കരച്ചിൽ. പിറ്റേന്ന് സ്കൂളിൽ പോകുമ്പോൾ ഞാൻ കണ്ടു അറുത്ത് തോലുരിച്ച് കെട്ടിത്തൂക്കിയ ടുട്ടുവിന്റെ ജഡം. താഴെ വെട്ടിയെടുത്ത് വെച്ചിരിക്കുന്നു ടുട്ടുവിന്റെ തല.

കുഞ്ഞാട് പിന്നെയും പിന്നെയും പ്രസവിച്ചുകൊണ്ടിരുന്നു. കുഞ്ഞാടിന്റെ പാൽ ഞാൻ നിത്യവും കുടിക്കും. എന്റെയമ്മയുടെ മുലപ്പാലിനേക്കാൾ ഞാൻ കുടിച്ചത് കുഞ്ഞാടിന്റെ പാലായിരിക്കും. കുഞ്ഞാടിന്റെ മക്കളെ വിറ്റ് എന്റെയമ്മ മുത്തുമണിമാല, മൂക്കുത്തി, ഇളക്കത്താലി ഇത്യാദി ആഭരണങ്ങളൊക്കെ വാങ്ങി വമ്പത്തിയായി ഞെളിഞ്ഞു നടന്നു.

കുഞ്ഞാട് ഞങ്ങളുടെ വീട്ടിലെ സർവ്വൈശ്വര്യമായി കഴി

ഞ്ഞിരുന്നു. ഞങ്ങളുടെ കുഞ്ഞാടിനെ കണ്ട് മറ്റ് സ്ത്രീകൾ മൂക്കത്ത് വിരൽവെക്കും. അവർ പറയും. "ആടായാൽ ഇങ്ങനെ വേണം. സുന്ദരിക്കുഞ്ഞാടിനെപ്പോലെ."

വർഷവും ഗ്രീഷ്മവും മാറി മാറി വന്നു. കുഞ്ഞാടിന്റെ മൊരുമൊരുത്ത പിന്നോട്ട് വളഞ്ഞ കൊമ്പുകൾ കണ്ട് നാല്ക്കാലികളുടെ ലക്ഷണം നോക്കാനറിയുന്ന പാട്ടിച്ചിരുത ഒരിക്കൽ പറഞ്ഞു. "കുഞ്ഞാടിന് വയസ്സായി. ഇനി പ്രസവിക്കില്ല."

അങ്ങനെ അമ്മ ദയാദാക്ഷിണ്യമില്ലാത്ത ആ തീരുമാനമെടുത്തു—കുഞ്ഞാടിനെ വില്ക്കുക.

അമ്മ കമ്മാലിയെ വിളിച്ചു വരുത്തി. കമ്മാലി പറഞ്ഞു-മൂത്താടായതിനാൽ വില കുറയും.

ഞാൻ വിലക്കിയിട്ടും , കരഞ്ഞിട്ടും കാര്യമില്ലാ എന്നറിയാമായിരുന്നിട്ടും ഞാനമ്മയോട് പറഞ്ഞു: "കുഞ്ഞാടിനെ വില്ക്കരുതേ"

എന്റെയമ്മയത് കേട്ടില്ല. പിറ്റേന്ന് കമ്മാലി വന്നു. അമ്മയ്ക്ക് വില കൊടുത്തു. എനിക്ക് നോട്ടക്കൂലി തന്നു. ഞാനത് വാങ്ങിയില്ല. കുഞ്ഞാടിന് എല്ലാം മനസ്സിലായിരുന്നു. കമ്മാലി കയറ് പിടിച്ചപ്പോൾ കുഞ്ഞാട് യാതൊരുവിധ എതിർപ്പുമില്ലാതെ, തിരിഞ്ഞുനോക്കാതെ കമ്മാലിയോടൊപ്പം യാത്രയായി. പ്രതിഷേധിക്കാത്ത യാത്ര.

ഇബ്രായി എന്ന ക്രൂരൻ

കുട്ടിക്കാലത്ത് ഇബ്രായിയായിരുന്നു ഞങ്ങളുടെ സംഘത്തിനെ തെറ്റുകൾ പഠിപ്പിച്ചിരുന്നത്. ഉപദ്രവിക്കുക എന്നത് ഇബ്രായിക്ക് വിനോദമായിരുന്നു. എത്രയെത്ര പക്ഷിമൃഗാദികളെയാണ് ഇബ്രായി കൊന്ന് തള്ളിയിട്ടുള്ളത്. ഇബ്രായിയുടെ നേതൃത്വത്തിൽ ഞങ്ങൾ മലമുകളിലും പാടത്തും പുഴയിലുമെല്ലാം കാലികളെ മേയ്ച്ച് നടക്കും.

ഒരിക്കൽ ഞങ്ങളങ്ങനെ വിഹരിക്കവെ പാടത്ത് കൂടെ ഒരു പാമ്പിഴഞ്ഞ് പോകുന്നത് കണ്ടു. ഇബ്രായിയുടെ കൈയിലെപ്പോഴും ഒത്ത ഒരു മുടിങ്കോലുണ്ടായിരിക്കും. പാമ്പിനെ കണ്ടപ്പോൾ ഇബ്രായി പറഞ്ഞു: "നമുക്കതിനെ കൊല്ലാം. കൂട്ടത്തിൽ എങ്ങനെയാണ് പാമ്പിനെ കൊല്ലുന്നത് എന്ന് നിങ്ങൾക്കൊക്കെ പഠിക്കുകയുമാവാം."

ഞങ്ങൾ പാമ്പിന് ചുറ്റും ഓടിക്കൂടി. വിഷമില്ലാത്ത ഒരു പാവം മുഴുത്ത മഞ്ഞച്ചേരയായിരുന്നു അത്. ഇബ്രായി മുടിങ്കോലുകൊണ്ട് ഭൂമിക്ക് പോലും വേദനിക്കുമാറ് രണ്ട് പ്രഹരം. പിന്നെ ഇബ്രായിയുടെ നേതൃത്വത്തിൽ ഞങ്ങൾക്കെല്ലാവർക്കും അവസരം. എല്ലാവരും ഓരോ അടി അടിച്ചു. ഇബ്രായിയുടെ പ്രത്യേക പരിഗണനയുള്ളവർക്ക് രണ്ടടി അടിക്കാനുള്ള ഭാഗ്യമുണ്ടായി. പാമ്പിന്റെ പകുതി ഭാഗം അറ്റുപോയി. എന്നിട്ടും ഏതോ അബോധപ്രേരണയിലെന്നപോലെ അത് പൊന്തക്കാ

ട്ടിലെ മാളങ്ങൾ തേടിക്കൊണ്ടിരുന്നു. എല്ലാവരുടേയും ഊഴം കഴിഞ്ഞിട്ടും പാമ്പ് മുഴുവൻ ചത്തില്ല. അവസാനം ഇബ്രായി മുടിങ്കോലിൽ കോർത്ത് അരികിലുള്ള മുളങ്കൂട്ടത്തിലേക്കതിനെ വലിച്ചെറിഞ്ഞു. മുളങ്കൂട്ടത്തിൽ മുള്ളുകളിൽ കോർത്ത നിലയിൽ അത് തൂങ്ങിക്കിടന്നു. അറ്റുപോയ വാൽഭാഗം അപ്പോഴും തുള്ളി ക്കളിച്ചുകൊണ്ടിരുന്നു.

പിറ്റേന്ന് വീണ്ടും ഞങ്ങളൊത്തുകൂടി മുളങ്കാട്ടിലേക്ക് നോക്കിയപ്പോൾ മുള്ളുകളിൽ കോർത്ത പാമ്പിനെ കണ്ടില്ല. അത് രക്ഷപ്പെട്ടിട്ടുണ്ടാകുമോ! പ്രതികാരം ചെയ്യാൻ അലയുന്നുണ്ടാകുമോ? ആ പാമ്പാണോ കൊടിയാഴ്ച ദിവസങ്ങളിലെ ദുഃസ്വപ്നങ്ങളിൽ എന്നെ പേടിപ്പെടുത്താറുള്ള നാഗരൂപം. ഞാൻ അങ്ങനെയൊക്കെ ആലോചിച്ച് കൂട്ടിയിരുന്നു.

ഒരിക്കൽ പുഴവക്കത്തെ കാലങ്ങളായി ഒഴിഞ്ഞുകിടന്നിരുന്ന ചന്ദ്രൻമാഷുടെ വീട്ടിൽ ഒരു പട്ടി പെറ്റു. നല്ല ഓമനത്തമുള്ള കുറെ കുഞ്ഞുങ്ങൾ. ചന്ദ്രൻമാഷിന്റെ വീടിന് മുന്നിലുള്ള ഇടവഴിയിലൂടെ ആട്ടിൻകൂട്ടങ്ങളുമായി പോകുമ്പോൾ തള്ളപ്പട്ടി ഞങ്ങളെ നോക്കി കുരയ്ക്കും, ചീറ്റും.

ഇബ്രായിക്കത് തീരെ ഇഷ്ടമായില്ല. കാരണം ആ പറമ്പും ഞങ്ങളുടെ വിഹാരകേന്ദ്രമായിരുന്നു. അവിടെ നിറയെ പേരയ്ക്കയും നെല്ലിക്കയുമുണ്ടായിരുന്നു. പട്ടിയെ അവിടെ നിന്നെങ്ങനെയെങ്കിലും തുരത്തണം. ഇബ്രായി ചിന്തിച്ചു. ഒരു ദിവസം ഒരു വലിയ ചാക്കുമായാണ് ഇബ്രായിവന്നത്. ഞങ്ങൾ കാത്തുനിന്നു. പട്ടി ഇരതേടിപ്പോയ തക്കം നോക്കി ഇബ്രായി പട്ടിക്കുഞ്ഞുങ്ങളെയെല്ലാം ചാക്കിലാക്കി പുഴയിലേക്കോടി. ഞങ്ങളുടെയെല്ലാവരുടേയും സാന്നിദ്ധ്യത്തിൽ ഇബ്രായി പുഴയിൽ വലിയ കുഴികുത്തി. എന്നിട്ട് കുഞ്ഞുങ്ങളെ കുഴിയിലേക്കിട്ട് മണലിട്ട് മൂടി. പട്ടിക്കുഞ്ഞുങ്ങളുടെ ദീനരോദനങ്ങൾ. മണലിട്ട് മൂടിയഭാഗം കുറെനേരം ഇളകിക്കൊണ്ടിരുന്നു.

ഒടുവിൽ ഇരതേടിപ്പോയ പട്ടി തിരികെ വന്നു. കുഞ്ഞുങ്ങളെ അന്വേഷിച്ചുള്ള അതിന്റെ ചേഷ്ടകൾ, കരച്ചിൽ, അതിനറിയില്ലല്ലോ അതിന്റെ കുഞ്ഞുങ്ങൾ ചത്തുപോയിരുന്നെന്ന്.

പണ്ട് പുഴയിലേക്ക് പോകാനുള്ള 'അറക്കൽ ഇടവഴി'യിൽ നിറയെ അരണകളും ഓന്തുകളുമായിരുന്നു. അരണകൾ ഇടവഴിയിലെ അരമതിലിന്റെ മുകളിൽ ഏതോ നിഗൂഢചിന്തകളേറിയതുപോലെ ഗർവ്വോടെ, അനങ്ങാതെ, ഇമവെട്ടാതെ കിടക്കും. ആളടുത്ത് വന്നാലും അവ പോകില്ല. അതുകൊണ്ട് അവയെ കൊല്ലാൻ വളരെ എളുപ്പമായിരുന്നു.

കൂട്ടുകാർ ഇബ്രായിയുടെ തലയിൽ അവനേക്കാൾ ഭാരമുള്ള

ഉരുളൻ കല്ലുകൾ കയറ്റി വെക്കും. അവൻ ഭാരിച്ച്, ഭാരിച്ച് ഓരോ അടിയുമായി ഇരയുടെ അടുത്തേക്ക് നീങ്ങും. അവനെ പ്രോത്സാഹിപ്പിക്കാൻ കൂട്ടുകാർ കരഘോഷം മുഴക്കും. ഒടുവിൽ അവനാ വലിയ കല്ല് അരണയുടെ ദേഹത്തേക്കിടും. അരണ കിടന്ന കിടപ്പിൽ മലർന്ന് കൈകൾ കൂപ്പിയെന്നപോലെ ആകാശത്തേക്ക് നോക്കി പ്രാണൻ വെടിയും. അപ്പോൾ ഇബ്രായി ആർത്ത് ചിരിക്കും. പിന്നെ അടുത്ത ഇരയെ തേടും. അവ ഈശ്വരനോട് പ്രാർത്ഥിക്കുകയായിരുന്നോ! അവ ഇബ്രായിയെ ശപിക്കുകയായിരുന്നോ! ഈശ്വരാ എത്രയെത്ര പാതകങ്ങൾ. ഒരുപക്ഷേ.... അതെ ആ ശാപ ഫലങ്ങളാവാം ഇബ്രായിക്ക് പഠിച്ച് നന്നാവാൻ കഴിയാതെ പോയത്. ചെയ്തുപോയ പാതകങ്ങൾക്ക് അവനിപ്പോൾ മാപ്പ് ചോദിക്കുന്നുണ്ടാവാം.

അതുകൊണ്ട് കൂട്ടുകാരെ നിങ്ങൾ ഒരിക്കലും ഇത്തരം കാര്യങ്ങൾ ചെയ്തുപോകരുതേ. ഒരിക്കലും. തെറ്റിന് വലിയ ശിക്ഷകളനുഭവിക്കേണ്ടി വരും.

സന്ന്യാസി

അന്ന് വീട്ടിലോ, തറവാട്ടിലോ ആരുമില്ലായിരുന്നു. ഞാൻ ചെങ്കണ്ണു രോഗം ബാധിച്ച് വീട്ടിലിരിക്കുകയായിരുന്നു. അച്ഛൻ ജോലിക്കും അനിയൻ സ്കൂളിലേക്കും അമ്മമ്മയടക്കം ബാക്കിയെല്ലാവരും ഞങ്ങളുടെ കുടുംബക്ഷേത്രത്തിലെ അയ്യപ്പൻ വിളക്കിന്റെ മുന്നൊരുക്കങ്ങൾക്കായി അവിടേക്കും പോയിരുന്നു.

ഉച്ചയാകുന്നതേയുണ്ടായിരുന്നുള്ളു. ഞാൻ ഉമ്മറത്തെ തണുത്ത നിലത്ത് കിടന്നു മയങ്ങുകയായിരുന്നു. ഉണർന്നു കഴിഞ്ഞാൽ അവ്യക്തമാവുന്ന ഭ്രമാത്മകമായ ഒരു സ്വപ്നത്തിൽ മുഴുകവെ ഞാനൊരു അരമണിക്കിലുക്കം കേട്ടു. അതടുത്തു വരികയാണ്.

അയാൾ എന്റെ വീട്ടുമുറ്റത്തേക്ക് വന്നു. ഒരു സന്ന്യാസി. ചുവന്ന പട്ടാണ് വേഷം. താടിയും മുടിയും നീട്ടി വളർത്തിയിട്ടുണ്ട്. നെഞ്ചത്തും മുഖത്തും ഭസ്മലേപനം. അയാളുടെ കൈയിലൊരു തളികയുണ്ട്. ആ തളികയിൽ ഫണം വിടർത്തി നില്ക്കുന്ന ഒരു സർപ്പത്തിന്റെ പിച്ചളകൊണ്ടുള്ള രൂപം.

അയാൾ ഭിക്ഷതേടി വന്നിരിക്കുകയാണ്. സാധാരണ അത്തരക്കാർ വന്നാൽ അമ്മ അരിയോ നെല്ലോ ചിലപ്പോൾ നാണയത്തുട്ടുകൾ തന്നെയോ ആണ് കൊടുക്കാറ്.

ഉചിതമായതെന്താണെന്ന് സംശയിച്ചു നില്ക്കവെ സന്ന്യാസി എന്നോടു ചോദിച്ചു: “ഇവിടെ മറ്റാരുമില്ലേ?”

"ഇല്ല." ഞാൻ മറുപടി പറഞ്ഞു.

സന്ന്യാസിയുടെ മുഖം തേജസ്വമാണ്. പക്ഷേ, അയാളുടെ ദേഹം ഒരു യോഗിക്കുണ്ടാവുന്നതിനേക്കാൾ ആരോഗ്യദൃഢമായിരുന്നു. അയാൾ പറഞ്ഞു–"ഒരല്പം വെള്ളം തരൂ."

ഞാനകത്തുപോയി വെള്ളം കൊണ്ടുവന്നപ്പോൾ അദ്ദേഹം തളിക താഴെ വെച്ച് ഉമ്മറത്ത് ഒതുക്കിനോട് ചേർന്ന ഭാഗത്ത് ഇരിപ്പുറപ്പിച്ചിരുന്നു. സന്ന്യാസിയുടെ ബലിഷ്ഠമായ കൈത്തണ്ടയിൽ ഒരു വ്യാളിമുഖം പച്ചകുത്തിയിരുന്നു. അയാൾക്ക് അസാധാരണമായ ഒരു ഗന്ധവുമുണ്ടായിരുന്നു. അയാൾ കൂജ ചുണ്ടത്ത് സ്പർശിക്കാതെ വെള്ളം കുടിച്ചു.

പിന്നീടയാളെന്നോട് പേരും ചില വിവരങ്ങളും തിരക്കി. വീട്ടിൽ ആരുമില്ലാതായതിന്റെ കാരണങ്ങളും മറ്റും ഞാൻ പറഞ്ഞു.

സന്ന്യാസി ചിരിച്ചുകൊണ്ടെന്നോടു ചോദിച്ചു.

"കുട്ടിക്ക് സന്ന്യാസിയാവണമെന്നാഗ്രഹമുണ്ടോ?"

ഞാൻ മറുപടി പറയാതെ മൂകനായി നിന്നപ്പോൾ സന്ന്യാസി തുടർന്നു. " എന്റെ കൂടെ പോരൂ. ഞാൻ നിന്നെ സന്ന്യാസിയാക്കാം. നമുക്ക് ദേശങ്ങൾതോറും അലയാം. പുതിയ കാഴ്ചകളും, വലിയ ക്ഷേത്രങ്ങളും കാണാം. നിന്നെ ഞാൻ പൊന്നുപോലെ നോക്കാം. എന്റെ കൂടെ പോരൂ."

ഞാനോർത്തു. ഇദ്ദേഹം പറയുന്നത് ശരിയാണ്. ഒരു സന്ന്യാസിയുടെ ജീവിതം എത്ര രസകരമാണ്. വലിയ വലിയ യാത്രകൾ. ഒരു ജോലിയും ചെയ്യേണ്ടതില്ല. ആരേയും അനുസരിക്കേണ്ടതില്ല.

പ്രഥമദൃഷ്ടിയിൽ ഞാൻ കണ്ടതിൽനിന്നും സന്ന്യാസിയുടെ ശരീരഭാഷ പതുക്കെ മാറിക്കഴിഞ്ഞിരുന്നു. അയാളുടെ പ്രലോഭനത്തെ ഞാനവഗണിച്ചാൽ ബലമായിത്തന്നെ അയാളെന്നെ കൊണ്ടുപോയ്ക്കളയും എന്ന് ഞാൻ ഭയപ്പെട്ടു.

"ഞാൻ വരുന്നില്ല, എനിക്ക് സന്ന്യാസിയാവേണ്ട" എന്നു ഞാൻ മറുപടി പറഞ്ഞപ്പോൾ "മറ്റൊന്നുമാലോചിക്കാതെ വേഗം പോരൂ. എങ്കിൽ ഞാനുടനെ പഴനിമലയിൽ മുരുകസന്നിധിയിലെത്തിക്കാം" എന്നായി സന്ന്യാസി.

പെട്ടെന്നോടി അകത്തു കയറി കതകടച്ചാലോ എന്ന് ജാഗ്രതപ്പെട്ട് നില്ക്കുമ്പോഴാണ് ഒരവതാരംപോലെ ഞാനിടവഴിയിൽ അപ്രതീക്ഷിതമായി അച്ഛന്റെ തലവെട്ടം കണ്ടത്.

“അച്ഛൻ” എന്ന് ഞാനസ്പഷ്ടമായി മന്ത്രിച്ചു. സന്ന്യാസി വേഗം ഭാണ്ഡവും തളികയുമെടുത്ത് പുറത്തേക്കിറങ്ങി. മുറ്റത്തുനിന്നും ഇടവഴിയിലേക്കിറങ്ങിയപ്പോൾ സ്വാഭാവികമായി സന്ന്യാസിയും, അച്ഛനും ഒരു നിമിഷം നേർക്കുനേർനിന്നു. വന്യമായിരുന്നു സന്ന്യാസിയുടെ കണ്ണുകൾ. അച്ഛന്റെ കണ്ണുകൾ അതിതീക്ഷ്ണവും. ഒരു അഭിനേതാവിനെപ്പോലെ സന്ന്യാസി പെട്ടെന്ന് സാത്വികഭാവം കൈവരിക്കുകയും ഒരു പൂച്ചക്കുഞ്ഞിനെപ്പോലെ അച്ഛനു മുന്നിൽ വഴിമാറുന്നതും ഞാൻകണ്ടു.

അയാൾ മുരുകസ്തോത്രം ഉരുവിട്ടുകൊണ്ട് മുന്നോട്ടു നടന്നു. എന്റെ കൊച്ചുമുറിയിൽനിന്ന് സുരക്ഷിതത്വബോധത്താൽ മനസ്സുകൊണ്ട് ഞാനച്ഛനോട് കൊഞ്ചുകയും ആ മാറിലമരുകയും ചെയ്തു. എനിക്കപ്പോൾ അച്ഛനോട് ഒരുപാടൊരുപാട് സ്നേഹം തോന്നി.

അഞ്ച് മുത്തശ്ശിമാർ

എന്റെ ഗ്രാമത്തിലെ മുത്തശ്ശിമാരെല്ലാം എന്റെ സ്വന്തം മുത്തശ്ശിമാരാണ്. അവർ പ്രത്യക്ഷത്തിലും, പരോക്ഷത്തിലും പുതുതലമുറയെ പലതും പഠിപ്പിക്കുന്നു. കാലയവനികയ്ക്കുള്ളിൽ, മറഞ്ഞ എന്റെ ഓരോ മുത്തശ്ശിക്കും രസകരമായ ഓരോ കഥ പറയാനുണ്ട്. ഏതാനും ചില മുത്തശ്ശിമാർ.

കുഞ്ഞാർച്ച മുത്തശ്ശി

തൊണ്ണൂറ്റാറാമത്തെ വയസ്സിലാണ് കുഞ്ഞാർച്ച മുത്തശ്ശി മരിച്ചത്. ഞാൻ കൃത്യമായി ഓർക്കുന്നു. കുഞ്ഞാർച്ച മുത്തശ്ശിയുടെ രൂപം, കറുത്ത് തടിച്ച ദേഹം. അന്നവർ മാറ് മറച്ചിരുന്നില്ല. പക്ഷേ, കഴുത്തിൽ അണിഞ്ഞിരുന്ന നാനാ വർണ്ണത്തിലുള്ള അസംഖ്യം മുത്തുമാലകൾ അവരുടെ മാറിലെ വസ്ത്രംപോലെ തോന്നിച്ചിരുന്നു.

എന്തായിരുന്നു കുഞ്ഞാർച്ച മുത്തശ്ശിയുടെ ദീർഘായുസ്സിന് കാരണം? പണ്ട് ഞങ്ങളുടെ ഗ്രാമത്തിൽ നിറയെ പാടങ്ങളുണ്ടായിരുന്നു. വർഷകാലത്ത് പാടങ്ങൾ നിറയും. പാടത്ത് നിറയെ മത്സ്യങ്ങളും തവളകളും നീർക്കോലികളും. സന്ധ്യയായാൽ തവളകൾ കരയും "ക്രോം ക്രോം." രാവും പകലും വ്യത്യാസമില്ലാതെ പെയ്യുന്ന മഴയുടെ സംഗീതവും പോക്കാച്ചിത്തവളക

ളുടെ കരച്ചിലും മനസ്സിൽ പല ഭാവഭേദങ്ങൾ സൃഷ്ടിക്കുന്നതായി തോന്നും. അപ്പോൾ കുഞ്ഞാർച്ച മുത്തശ്ശി കുണ്ടൻ കുടയുമെടുത്ത് പാടത്തേക്ക് പോകുന്നത് കാണാം. അവർ പാടത്ത് നിന്ന് മുഴുത്ത കുറേ പോക്കാച്ചിത്തവളകളെ പിടിക്കും. എന്റെ വീടിന്റെ ഇടവഴിയിലൂടെ പോകുന്ന കുഞ്ഞാർച്ച മുത്തശ്ശിയുടെ കൈപ്പിടിയിൽ തീർത്തും നിസ്സഹായമായി കണ്ണ് തുറിച്ച് കിടക്കുന്ന പോക്കാച്ചിത്തവളകളെ കാണുമ്പോൾ എനിക്ക് സങ്കടം തോന്നും. പാവം പോക്കാച്ചിത്തവളകൾ! കുഞ്ഞാർച്ച മുത്തശ്ശി അവയെ കറിവച്ച് തിന്നാനാണ് കൊണ്ടുപോകുന്നത്.

പിറ്റേന്ന് കുഞ്ഞാർച്ച മുത്തശ്ശിയുടെ പറമ്പിലൂടെ ഞാൻ സ്കൂളിലേക്ക് പോകുമ്പോൾ വീടിന്റെ പിന്നാമ്പുറത്തെ തെങ്ങിൻ കുഴിയിൽ കാലുകൾ മാത്രം അറുത്ത് മാറ്റിയ പോക്കാച്ചിത്തവളകളുടെ ശേഷിച്ച രൂപങ്ങൾ കാണാം.

സൂക്ഷിച്ച് നോക്കിയാൽ അവയുടെ വലിയ കണ്ണുകൾ മിന്നിമറയുന്നതായി തോന്നും. ചത്തിട്ടില്ലെന്ന് തോന്നും.

പോക്കാച്ചിത്തവളകളുടെ തടിച്ച കാലുകൾ മാത്രമാണത്രെ കുഞ്ഞാർച്ച മുത്തശ്ശി തിന്നാനെടുക്കുക. തൊണ്ണൂറാം കുരയ്ക്കും, ശ്വാസം മുട്ടലിനും അത് ഔഷധമാണത്രെ!

മരണംവരെ കുഞ്ഞാർച്ച മുത്തശ്ശിക്ക് ഒരസുഖവുമുണ്ടായിരുന്നില്ല. പോക്കാച്ചിത്തവളകളുടെ മുഴുത്ത കാലുകളായിരുന്നോ കുഞ്ഞാർച്ച മുത്തശ്ശിയുടെ ദീർഘായുസ്സിന് കാരണം?

പൂക്കുണ്ട ചീരായി

തല നിറയെ വെള്ളിത്തലമുടിയുള്ള, എപ്പോഴും മുറുക്കിച്ചുവപ്പിച്ച ചുണ്ടുകളോടെയുള്ള പൂക്കുണ്ട ചീരായിയെ കാണാൻ നല്ല ഭംഗിയായിരുന്നു. നല്ല ചുറുചുറുക്കുള്ള സുന്ദരി മുത്തശ്ശിയായിരുന്നു പൂക്കുണ്ട ചീരായി. മൊച്ചയും കുരങ്ങനും മയിലുകളും വസിക്കുന്ന ഒരു കുന്നിൻ പുറത്തായിരുന്നു പൂക്കുണ്ട ചീരായിയുടെ വീട്.

ഓണക്കാലത്ത് കരിമ്പനോലകൊണ്ട്, പൂക്കൾ ശേഖരിക്കാനുള്ള പൂക്കുണ്ടയുണ്ടാക്കലാണ് പൂക്കുണ്ട ചീരായിയുടെ പണി. അത് കൂടാതെ മുറവും കൊട്ടയുമൊക്കെ ചീരായി മുത്തശ്ശിയുണ്ടാക്കിയിരുന്നു.

ഓണക്കാലത്തേ ഞാൻ പൂക്കുണ്ട ചീരായിയെ കണ്ടിരുന്നുള്ളൂ. അത്തത്തിന് നാലോ അഞ്ചോ നാൾ മുമ്പ് ചീരായി മുത്തശ്ശി പൂക്കുണ്ടകളുമായി സകല വീടുകളിലും വരും. ചീരായി മുത്തശ്ശിയെപ്പോലെ അവരുടെ പൂക്കുണ്ടകൾ കാണാനും നല്ല

ഭംഗിയായിരുന്നു. അതിന് വല്ലാത്തൊരു സുഗന്ധവുമുണ്ടായിരുന്നു. ഒരാൾ തന്നെ ഒന്നും രണ്ടും പൂക്കുണ്ടകൾ വാങ്ങിക്കും. തുമ്പയ്ക്കും തെച്ചിക്കും, അരിപ്പൂവിനുമൊക്കെ വെവ്വേറെ പൂക്കുണ്ടകൾ.

പിന്നീടെന്നോ ഒരോണത്തിന് പൂക്കുണ്ട ചീരായി വന്നില്ല. ഞങ്ങൾ കുട്ടികൾ ആകാംക്ഷയോടെ ചീരായി മുത്തശ്ശിയെ കാത്ത് നിന്നു. പിന്നീടാരോ പറഞ്ഞു. ചീരായി മുത്തശ്ശി മരിച്ചുപോയത്രെ!

പ്രൗഢമല്ലെങ്കിലും ഇന്നും ഓണം വരുമ്പോൾ (മഹാബലിയോടൊപ്പം) ഞാൻ പൂക്കുണ്ട ചീരായിയേയും പ്രതീക്ഷിക്കുന്നു. പൂക്കുണ്ട ചീരായി വന്നിട്ടും ഇനി കാര്യമില്ലെന്നറിയാം. പൂക്കളില്ലാതെ പൂക്കുണ്ടകൊണ്ടെന്തു കാര്യം. എങ്കിലും...

ചെറിച്ചിത്തള്ള

ചെറിച്ചി മുത്തശ്ശിയെ എല്ലാവരും ചെറിച്ചിത്തള്ള എന്നാണ് വിളിച്ചിരുന്നത്. ചെറിച്ചി മുത്തശ്ശിയുടെ പല്ലുകൾ മുഴുവനും കൊഴിഞ്ഞിരുന്നു. കാതിൽ വലിയ തുളകളുണ്ടായിരുന്നു.

വേനല്ക്കാലത്ത് പുഴയുടെ കുറേ ഭാഗം വളച്ചുകെട്ടി കായ്ക്കറികളുണ്ടാക്കലായിരുന്നു ചെറിച്ചി മുത്തശ്ശിയുടെ പണി. കരിമ്പുകൾ കുത്തിയാണ് അതിരുകളുണ്ടാക്കുക. പയർ, തണ്ണിമത്തൻ, ശർക്കരെക്കിഴങ്ങ്, വെള്ളരിക്ക, ഇളവൻ തുടങ്ങിയ പച്ചക്കറികളായിരുന്നു അവർ കൃഷി ചെയ്യുക. എന്നിട്ട് മൂപ്പിനനുസരിച്ച് ഓരോന്നറുത്തെടുത്ത് ഓരോ വീടുകളിൽ കൊണ്ടുനടന്ന് വില്ക്കും. ആരും വില പേശിയിരുന്നില്ല. രാസവളമിടാത്ത നാടൻ ഇനങ്ങളായിരുന്നു ചെറിച്ചി മുത്തശ്ശിയുടേത്.

ഞങ്ങൾ ഒരു പറ്റം കുട്ടികൾ ആട്ടിൻകൂട്ടങ്ങളുമായി പുഴവക്കത്ത് കാലികളെ മേയ്ച്ചു നടക്കും. അപ്പോൾ സൂത്രത്തിൽ കയറി തണ്ണിമത്തനും വെള്ളരിപ്പൂവലും മോഷ്ടിക്കും. എന്ത് സ്വാദായിരുന്നു ചെറിച്ചി മുത്തശ്ശിയുടെ ഫലവർഗ്ഗങ്ങൾക്ക്.

ഒരിക്കൽ പുതുതായി വന്ന ഒരു വരത്തൻ ഞങ്ങളുടെ കൂട്ടത്തിൽ ചേർന്നു. അവനായി പിന്നെ ഞങ്ങളുടെ ലീഡർ - 'ഇബ്രായി.' അക്രമവാസനയായിരുന്നു ഇബ്രായിയുടെ മുഖമുദ്ര.

ഒരു നാൾ ഇബ്രായി ഒരു ഓർഡറിട്ടു; "ചെറിച്ചിത്തള്ളയുടെ

പച്ചക്കറിത്തോട്ടത്തിലെ മുഴുവൻ കായ്കറികളും അടിച്ചു മാറ്റുക." അവന്റെ നേതൃത്വത്തിൽ ഞങ്ങളെല്ലാവരും ചെറിച്ചി മുത്തശ്ശിയുടെ കായ്കറിത്തോട്ടത്തിലേക്കിരച്ചു കയറി. സകല ഫലവർഗ്ഗങ്ങളും ഞങ്ങളറുത്തെടുത്തു. ഇബ്രായിയുടെ വലിയ ചാക്കുകൾ നിറഞ്ഞു. അവന്റെ അനിയന്മാർ തലച്ചുമടുകളുമായി അതവന്റെ വീട്ടിലേക്കെത്തിച്ചു. അവസാനം ഇബ്രായി ഞങ്ങളുടെ അമ്പതിൽപ്പരം ആട്ടിൻക്കൂട്ടത്തെ ചെറിച്ചി മുത്തശ്ശിയുടെ പച്ചക്കറിത്തോട്ടത്തിലേക്ക് തെളിച്ചു. ആടുകൾ സകലതും തിന്നു മുടിച്ചു. വള്ളികൾപോലും അവശേഷിക്കാതെ ചെറിച്ചി മുത്തശ്ശിയുടെ കായ്കറിത്തോട്ടം നാമാവശേഷമായി. ഇബ്രായിയോട് നേരിട്ട് ചോദിക്കാൻ ധൈര്യമില്ലെങ്കിലും ഞാൻ മനസ്സിൽ ചോദിച്ചു: "എന്താ ഇബ്രായി ചെറിച്ചി മുത്തശ്ശ്യോട് ഇങ്ങനെയൊരു ക്രൂരത?"

ചെറിച്ചി മുത്തശ്ശിയെ ഇപ്പോൾ എന്റെ ഗ്രാമത്തിൽ കാണാറില്ല. പാവം ഒരുപക്ഷേ, മരിച്ചു പോയിരിക്കും.

പാട്ടി ചിരുത

ഒരു തരം പേടിയോടെയേ ചിരുതയുടെ കഥ പറയാനാകൂ. അധികമാളുകൾക്കും അവരോട് ഭയം കലർന്ന വെറുപ്പായിരുന്നു. കേട്ട കഥയാണ്, പാട്ടി ചിരുതയ്ക്ക് ഒടി വിദ്യ അറിയാമായിരുന്നത്രെ! നിരവധി ആളുകളെ ചിരുത ഒടി മറിഞ്ഞ് പേടിപ്പിച്ചിട്ടുണ്ടത്രെ!

ഒരു വീട്ടിൽ പുതിയൊരു ഉണ്ണി പിറന്നാൽ കണ്ണേറ് തട്ടാതിരിക്കാനും, പേടിപ്പനിയുണ്ടാകാതിരിക്കാനും പലരും പാട്ടി ചിരുതയിൽനിന്ന് ജപിച്ച് കെട്ടിയ ചരട് വാങ്ങും. തിരുവാതിരയ്ക്കും ഓണത്തിനുമൊക്കെ പാട്ടി ചിരുത ഓരോ വീട്ടിലും വന്ന് പാണപ്പാട്ട് പാടിയിരുന്നു. ഒരു നന്തുണിയും കൂടെയുണ്ടാകും. ശ്രവണസുന്ദരമായ പാട്ടായിരുന്നു അവരുടേത്. ചിരുതയ്ക്ക് പ്രതിഫലം എല്ലാവരും കണ്ടറിഞ്ഞ് നല്കും. പ്രതിഫലം കുറഞ്ഞു പോയാൽ ചിരുത രാത്രി ഒടി മറഞ്ഞു വന്ന് പേടിപ്പിക്കുമത്രെ.

ചെയ്തു പോയ ദുഷ്കർമ്മങ്ങളുടെ പരിണത ഫലമാകാം ചിരുത ഒരുപാട് കാലം നരകിച്ച് കിടന്നാണ് മരിച്ചത്. രാത്രി

കാലങ്ങളിൽ ഇന്നും ചിരുതയെ ഭയക്കുന്നവർ എന്റെ ഗ്രാമത്തിലുണ്ട്.

രുക്കു മുത്തശ്ശി

രുക്കു മുത്തശ്ശിക്ക് കുറെ പെൺമക്കളുണ്ടായിരുന്നു. മക്കൾക്ക് മക്കളായി, അവർക്കും മക്കളായി. മൂന്ന് തലമുറയെ കണ്ട സന്തോഷത്തിൽ രുക്കു മുത്തശ്ശി ഗ്രാമത്തിൽ വിലസലോട് വിലസൽ. കാര്യമായ അസുഖമൊന്നുമില്ല. ചെവി കുറച്ച് പതുക്കെയാണെന്ന് മാത്രം. തൊണ്ണൂറ് വയസ്സെങ്കിലും ആയിക്കാണും.

രുക്കു മുത്തശ്ശിയുടെ സമകാലീകരായ പൂക്കുണ്ട ചിരുതയും കുഞ്ഞാർച്ച മുത്തശ്ശിയും പാട്ടി ചിരുതയുമൊക്കെ മരിച്ചുപോയി. അങ്ങനെയിരിക്കെ രുക്കു മുത്തശ്ശിക്കൊരു പൂതി– "തനിക്കും നാലാളറിഞ്ഞ് മരിക്കണം." രുക്കു മുത്തശ്ശി പ്രാർത്ഥിച്ചു– "ഈശ്വരാ ഭൂമിയിലെ സകല സുഖദുഃഖങ്ങളും ഞാനനുഭവിച്ചു കഴിഞ്ഞു. ഇനിയെന്നെ എത്രയും വേഗം അവിടുത്തേക്കെടുക്കണേ."

രുക്കു മുത്തശ്ശിയുടെ പ്രാർത്ഥന ഈശ്വരൻ കേട്ടു. ഒരു ദിവസം ഒരു പേപ്പട്ടി രുക്കു മുത്തശ്ശിയെ തലങ്ങും വിലങ്ങും ഓടിച്ചിട്ട് കടിച്ചു. കടിയെന്ന് പറഞ്ഞാൽ നല്ല കിടിലൻ കടി. രുക്കു മുത്തശ്ശി ആകെ ചോരയിൽ കുതിർന്ന് മരണം കാത്ത് കിടന്നു. അപ്പോഴേക്കും ആളുകളോടിക്കൂടി മുത്തശ്ശിയെ ആശുപത്രിയിലെത്തിച്ചു. ഡോക്ടർ രുക്കു മുത്തശ്ശിയുടെ ദേഹം മുഴുവൻ തുന്നിക്കെട്ടി. ഊട്ടിയിൽനിന്ന് പേ വിഷത്തിനുള്ള മരുന്ന് വരുത്തി രുക്കു മുത്തശ്ശിയുടെ പൊക്കിളിന് ചുറ്റും കുറേ ഇഞ്ചെക്ഷൻ. അങ്ങനെ രുക്കു മുത്തശ്ശി പൂർവ്വാധികം ശക്തിയോടെ ഉയിർത്തെണീറ്റു.

തന്റെ ആഗ്രഹം സഫലമായില്ലല്ലോ എന്ന വിഷമത്തോടെ രുക്കു മുത്തശ്ശി വീണ്ടും പ്രാർത്ഥിച്ചു. ഇക്കുറി ഈശ്വരൻ ഒരു മരത്തിന്റെ രൂപത്തിലാണ് പ്രത്യക്ഷപ്പെട്ടത്. രുക്കു മുത്തശ്ശി മുറ്റത്തിലൂടെ സഞ്ചരിക്കുമ്പോൾ ഒരു വലിയ അത്തി മരം മുത്തശ്ശിയുടെ തലയിലേക്ക് "ഠേ"എന്നൊരു വീഴ്ച. തലപൊട്ടി ചോരയൊഴുകി. രുക്കു മുത്തശ്ശി വീണ്ടും ആശുപത്രിയിൽ, പിന്നെ ജീവിതത്തിലേക്ക്.

ഇനിയെന്ത് ചെയ്യും? രുക്കു മുത്തശ്ശി തലപുകഞ്ഞാലോചിച്ചു. തനിക്ക് എത്രയും പെട്ടെന്ന് മരിച്ചു പേരെടുക്കണം. അങ്ങനെ മുത്തശ്ശിയൊരു തീരുമാനമെടുത്തു. വീട്ടിൽ മറ്റാളുകളാരുമില്ലാത്ത തക്കം നോക്കി പതിനെട്ട് കോൽ ആഴമുള്ള കിണറ്റിലേക്ക് പ്ളും എന്നൊരു ചാട്ടം.

രുക്കു മുത്തശ്ശി കുറേ വെള്ളം കുടിച്ചു. കുറേ മുങ്ങിപ്പൊങ്ങി. എന്നിട്ടും മരിച്ചില്ല. മരണ വേദന അസഹ്യം തന്നെ. രുക്കു മുത്തശ്ശി കിണറ്റിലോട്ട് വീണു കിടന്നിരുന്ന കയറിൽ പിടിച്ച് തൂങ്ങിക്കിടന്നു.

വീട്ടുകാരും നാട്ടുകാരും അറിഞ്ഞ് വളരെ സാഹസികമായി മുത്തശ്ശിയെ പുറത്തെടുത്തു.

സമയമേറെക്കഴിഞ്ഞ് കുടിച്ച വെള്ളം മുഴുവൻ ഛർദ്ദിച്ച് ശാന്തമായപ്പോൾ മുത്തശ്ശി ഓർത്തു. " ആ കയറില്ലെങ്കിൽ താനെപ്പോഴോ സ്വർഗ്ഗത്തിലെത്തിയിരുന്നു."

എന്റെ ഗ്രാമത്തിലെ പല മുത്തശ്ശിമാരും യാത്രയായിക്കഴിഞ്ഞു. രുക്കു മുത്തശ്ശി ഇപ്പോഴും ജീവനോടെ ഇരിക്കുന്നു. ഞാനിപ്പോൾ പ്രാർത്ഥിക്കുന്നു. "രുക്കു മുത്തശ്ശിയുടെ പ്രാർത്ഥന ദൈവം കേൾക്കരുതേ. രുക്കു മുത്തശ്ശി ഇനിയും ജീവിക്കണേ."

ചില മോഹങ്ങൾ

ചങ്ങാടക്കാരൻ

ബാല്യത്തിൽ ആരാകാനായിരുന്നു മോഹം. മോഹങ്ങൾ തിരമാലപോലെയാണ്. ആരവത്തോടെ മണൽത്തിട്ടകളിൽ തല തല്ലിയവ ഒടുങ്ങുന്നു; മറ്റൊന്നായി രൂപമെടുക്കാൻ.

ഇടവപ്പാതിയിൽ ഭാരതപ്പുഴ നിറഞ്ഞൊഴുകുന്നു. അമ്മയോടൊപ്പം ഭഗവതിയമ്പലത്തിൽ തൊഴാൻ വരുമ്പോൾ അമ്പലപ്പറമ്പിൽനിന്നും നോക്കിയാൽ നുരച്ചും പതച്ചും ഒഴുകുന്ന പുഴ കാണാം. കൽഭിത്തി കെട്ടിയ അമ്പലമതിലിന്റെ ഉയരത്തിൽ നിന്നും അനിശ്ചിതത്തോടെ താഴേക്ക് നോക്കുമ്പോൾ കാല്ക്കീഴിൽ പുഴകാണാൻ എന്തു ഭംഗി. പുഴയ്ക്ക് മദ്ധ്യത്തിലൂടെ പുതുമുളകൊണ്ട് വീതിയുള്ള ചങ്ങാടം കെട്ടി മുളംതുമ്പ് കൊണ്ട് ചങ്ങാടം നിയന്ത്രിച്ച് പോകുന്നു ഒരാൾ; ഒരേ ഒരാൾ. ഒഴുക്കിനൊപ്പം പുഴയുടെ വിജനതയിൽ ഒരു നിശ്ശബ്ദജീവിയായി അയാളും ഒഴുകുന്നു. അകലുന്നു. അമ്മ പറഞ്ഞു കേട്ടിട്ടുണ്ട് - പുഴയിൽ വനവേടന്മാർ കൊമ്പെടുത്ത ആനകൾ ഒലിച്ചു പോകാറുണ്ടത്രെ! പിന്നെ നീരാളിയുണ്ട്, മുതലകളുണ്ട്.

എന്നിട്ടും അതൊന്നും ഭയപ്പെടുത്താതെ നേർത്ത മഴച്ചാറലിൽ വിദൂരതയിൽ ഒരു പൊട്ടുപോലെ ഒരാൾ ചങ്ങാടത്തിലേറുന്നു. മനസ്സ് മോഹിക്കുന്നു- വലുതായാൽ എനിക്കും അതു

പോലെ ചങ്ങാടക്കാരനാകണം. പുഴയിൽനിന്ന് കടലിലേക്ക് ഒറ്റയ്ക്ക് യാത്ര ചെയ്യണം. ഒറ്റയ്ക്ക്!

മന്ത്രവാദി

തറവാട്ടിൽ മൺ ദൈവങ്ങൾക്ക് ഗുരുതി കൊടുക്കാൻ ആണ്ടുതോറും അയാൾ വരുന്നു. ചുവന്ന പട്ടുധരിച്ച് ഭസ്മം പൂശി ജരാനരകളുള്ള മന്ത്രവാദി. രക്ഷസ്സ്, ഗുളികൻ, കരിങ്കുട്ടി ഇവരൊക്കെയാണ് എന്റെ തറവാട്ടിലെ മൺദൈവങ്ങൾ. മൺദൈവങ്ങൾ കോപിച്ചാൽ ആ മണ്ണിൽ രോഗം, ദാരിദ്ര്യം മുതൽ മരണം വരെ സംഭവിക്കുമത്രെ! പ്രസാദിച്ചാലോ ആ ഗുണം ആരും ഇതുവരെ പറഞ്ഞ് തന്നിട്ടില്ല. അയൽപക്കത്തെ തൊണ്ണൂറ് വയസ്സ് കഴിഞ്ഞ കുഞ്ഞാർച്ച മുത്തശ്ശി രക്ഷസ്സിനെ കണ്ടിട്ടുണ്ടത്രെ! ആകെ വെള്ളമൂടിയ അകം വളഞ്ഞ ഒരു രൂപം. കരിങ്കുട്ടിയുടെയും കാലം മുടക്കിയുടെയും കഥ രാത്രി അച്ഛൻ അമ്മയോട് പറയുന്നതുകേട്ട് കോരിത്തരിച്ചിട്ടുണ്ട്. ഞങ്ങളുടെ വീടിന്റെ രക്തകുങ്കുമച്ചോട്ടിലൂടെ രാത്രി കാലങ്ങളിൽ കരിങ്കുട്ടിയുടെ പോക്കുവരവുണ്ടത്രെ! ചിലപ്പോൾ ഒടിമറഞ്ഞ പാട്ടിച്ചിരുത മൃഗരൂപത്തിൽ രാത്രി കാലങ്ങളിൽ വിഹരിക്കാറുണ്ടത്രെ!.

ഗുരുതി കൊടുക്കാൻ മന്ത്രവാദി വീട്ടിൽ വരുക രാത്രിയിലാണ്. അന്ന് വീട്ടിൽ ഉത്സവം പോലെയാണ്. മന്ത്രവാദം അർദ്ധരാത്രി വരെ നീളും. മന്ത്രവാദി അരിപ്പൊടികൊണ്ടും, മഞ്ഞൾപ്പൊടികൊണ്ടും, വെവ്വേറെ കളമെഴുതും. കോഴിയെ അറുക്കും. കോഴിച്ചോര കുടിക്കും, മദ്യം സേവിക്കും. മന്ത്രവാദിയിൽ ബാധ കയറിയ മൺദൈവങ്ങളാണത്രെ ഇതൊക്കെ ചെയ്യുന്നത്.

മന്ത്രവാദം കഴിഞ്ഞ് കോഴിയിറച്ചി കൂട്ടി ചോറുണ്ട് ബാക്കി മദ്യവും മോന്തുമ്പോൾ മന്ത്രവാദി ചില കഥകൾ പറയും. എന്തെല്ലാം കഥകളാണ് മന്ത്രവാദി പറയുക! എല്ലാം പേടിപ്പെടുത്തുന്ന കഥകൾ. ഒടുവിൽ അർദ്ധരാത്രിയുടെ ഏതോ യാമത്തിൽ മന്ത്രവാദി അരമണി കിലുക്കി വീട്ടിൽനിന്നും ഒറ്റയ്ക്ക് യാത്രയാരംഭിക്കുന്നു. പ്രസാദിച്ച മൺ ദൈവങ്ങൾ അദ്ദേഹത്തിന് കൂട്ട് പോകുമത്രെ! പുഴയ്ക്കക്കരെ അങ്ങ് മന്ത്രവാദിയുടെ വീട് വരെ.

മന്ത്രവാദി പോയാലും ചിലങ്കശബ്ദം എന്റെ മനസ്സിൽനിന്ന് മായാറില്ല. രാത്രി എല്ലാവരും ഉറങ്ങിയിട്ടും ഞാനുറങ്ങുന്നില്ല. വടക്കേയറയുടെ ചെറിയ കിളിവാതിലൂടെ ഞാൻ തീനാളം കെടാത്ത മന്ത്രവാദ കളത്തിലേക്ക് നോക്കിയിരിക്കും; മൺദൈവങ്ങളെ കാണാൻ....

അപ്പോൾ സ്വപ്നങ്ങളുടെ മൗലികതയ്ക്ക് ചിറക് മുളയ്ക്കുകയായി. മൺദൈവങ്ങൾ നൃത്തം ചെയ്യുന്ന മന്ത്രവാദ ഭൂമികയിൽ ഹോമകുണ്ഠത്തിന് പിന്നിൽ പത്മാസനത്തിലിരിക്കുന്ന ചോരപ്പട്ടുടുത്ത മന്ത്രവാദി ഇപ്പോൾ ഞാനാണ്. എല്ലാം അന്ധവിശ്വാസമായിരുന്നു എന്നിപ്പോൾ തിരിച്ചറിവുണ്ട്. എങ്കിലും സ്വയം മന്ത്രവാദിയായി സങ്കല്പിച്ചതോർക്കുമ്പോൾ ചിരിച്ചു പോകുന്നു.

പൊലീസുകാരൻ

കള്ളുഷാപ്പിനരികിലെ കുട്ടാപ്പുവിന്റെ മരുമകൻ കൊച്ചുരാമൻ കുട്ടാപ്പുവിന്റെ ഓലമേഞ്ഞ വീട് തീവെച്ചിരിക്കുന്നു. ഒരു തരിമ്പുപോലും അവശേഷിക്കാതെ എല്ലാം വെണ്ണീറായി. കുടിച്ച ബോധക്കേടിൽ ചെയ്തതാണ്. മോര് കൊടുത്ത് കെട്ടിറക്കാനാരൊക്കെയോ ശ്രമിച്ചു. നടന്നില്ല. അരിവാക്കത്തിയെടുത്ത് കൊച്ചുരാമൻ ഭാര്യയുടെ പിന്നാലെ കുറെ പാഞ്ഞു. ഭാര്യ പ്രാണരക്ഷാർത്ഥം എവിടെയോ ഒളിച്ചു. നാട്ടുകാരെല്ലാം ചേർന്ന് നാട്ടിലെ പ്രധാനിയായ ബാവമാഷെ വിവരമറിയിച്ചു. മാഷ് പൊലീസ് സ്റ്റേഷനിൽ വിളിച്ച് പരാതി പറഞ്ഞിട്ടുണ്ട്. പൊലീസ് ഇപ്പോഴെത്തും. കൊച്ചുരാമനെ പൊക്കും. കാഴ്ച കാണാൻ സാമാന്യം നല്ലൊരാൾക്കൂട്ടം രൂപപ്പെട്ട് കഴിഞ്ഞു. കാത്ത് കാത്തിരിക്കെ കൊച്ചുരാമന്റെ കള്ളിറങ്ങി. അയാൾ ഷാപ്പിനരികിലുള്ള സിമന്റ് തിണ്ണയിൽ കുറ്റബോധത്തോടെയിരുന്നു. പിന്നെ കരഞ്ഞു. പൊലീസ് കൊണ്ടുപോകും എന്ന ഭീതിയിലാവും. പക്ഷേ, ഒരിക്കലും ഓടി രക്ഷപ്പെടാൻ ശ്രമിക്കുന്നില്ല. അങ്ങനെയിരിക്കെ അതാവരുന്നു ഒരു പൊലീസ് ജീപ്പ്. ഒരൊറ്റ പൊലീസുകാരനേ അതിലുണ്ടായിരുന്നുള്ളു. അദ്ദേഹം പ്രൗഢിയോടെ പുറത്തേക്കിറങ്ങി. കൊച്ചുരാമനരികിലെത്തി. കൊച്ചുരാമൻ

വിറച്ച് വിറച്ച് സിമന്റ് തിണ്ണയിൽ നിന്നെഴുന്നേറ്റു. മുണ്ട് മടിക്കുത്തഴിച്ചിട്ടു. പൊലീസുകാരൻ ചോദിച്ചു.

"നീയാണോടാ കൊച്ചുരാമൻ?"

"അതെ സാർ."

'ഠേ..' പടക്കം പൊട്ടുന്നതുപോലെ കൊച്ചുരാമന്റെ കവിളത്ത് അടിവീണു; പിന്നെ പിടിച്ചൊരു തള്ളും. "ജീപ്പിൽ കേറടാ."

കൊച്ചുരാമൻ ജീപ്പിൽ കയറി. ജീപ്പ് പൊടിപാറിയകന്നു. ഞാനാലോചിച്ചു. പൊലീസുകാർക്ക് ആരേയും പേടിയില്ല. ഞാൻ മനസ്സിൽ തീരുമാനമെടുക്കുകയായിരുന്നു- വലുതായാൽ ഞാനൊരു പൊലീസുകാരനാകും.

പ്രിയപ്പെട്ട റോസി

റോസി ഞങ്ങളുടെ വീട്ടിലെ സുന്ദരിയായ പട്ടിയായിരുന്നു. നല്ല സ്വഭാവം, നല്ല എളിമ, നല്ല സേവനം അതൊക്കെയായിരുന്നു റോസിയുടെ വിശേഷതകൾ.

ഞങ്ങൾ ഭക്ഷിക്കുന്നതിൽനിന്നും ഒരു പങ്ക് റോസിപ്പട്ടിക്കും കൊടുക്കും. അവളമിതമായി ആർത്തി കാട്ടിയിരുന്നില്ല. എന്നാൽ അത്ഭുതം തോന്നാം; അവൾക്കേറ്റവും ഇഷ്ടം മധുരപലഹാരങ്ങളായ ജിലേബിയും ലഡുവുമൊക്കെയായിരുന്നു. ആ പലഹാരങ്ങൾ കണ്ടാൽ തന്നെ അവളുടെ വായിൽ വെള്ളമൂറും.

ഞാൻ പുഴയിൽ കുളിക്കാൻ പോകുമ്പോഴൊക്കെ അവളും കൂടെ വരും. റോസി നന്നായി നീന്തിക്കുളിക്കും. ഇടയ്ക്ക് തെണ്ടിത്തിരിഞ്ഞ് നടക്കുന്ന മറ്റ് പട്ടികളേതെങ്കിലും അവളോട് ശണ്ഠ കൂടാൻ വന്നാൽ അവൾ വാൽ താഴ്ത്തി ദൂരെയെവിടെയെങ്കിലും ഓടിയൊളിക്കും.

റോസിപ്പട്ടി എന്റെ വീട്ടിൽ മാത്രമല്ല ഞങ്ങളുടെ ചുറ്റുപാടുകളിലുള്ള എല്ലാവരുടേയും ഓമനയായി വിലസുന്ന കാലം.

റോസിപ്പട്ടിക്ക് ഒരു ഇഷ്ടക്കാരനുണ്ട്. പൊക്കൻ നായ. പൊക്കൻ അത്ര വലിയ ശൂരനൊന്നുമല്ല. സുന്ദരനുമല്ല. ഞങ്ങളുടെ വീടിന്റെ ഏതാണ്ടടുത്തുള്ള ഒരു വീട്ടിലെ ആശ്രിതനായിരുന്നു പൊക്കൻ. എങ്ങനെ അവർ തമ്മിൽ അടുത്തു എന്നത് ഞങ്ങൾക്കാർക്കും മനസ്സിലായില്ല. എങ്ങനെ റോസി

പൊക്കനെ ഇഷ്ടപ്പെട്ടു! അത്രയേറെ വൈരുദ്ധ്യങ്ങളുണ്ടായിരുന്നു പൊക്കനും റോസിയും തമ്മിൽ.

ഒരു നാൾ സുന്ദരി റോസി പെറ്റു. അപ്പോഴാണ് പൊക്കൻ റോസിയെ വിവാഹം ചെയ്തിരുന്നു എന്നത് ഞങ്ങളറിയുന്നത്. ആറ് മക്കളായിരുന്നു റോസിക്ക്. പൊക്കനെപ്പോലെയല്ല റോസിയെപ്പോലെ സുന്ദരരായിരുന്നതുകൊണ്ട് കുട്ടികളെയെല്ലാം ഓരോരുത്തരായി കൊണ്ടുപോയി.

ഒരു ദിവസം അച്ഛൻ ഒരു മൃഗഡോക്ടറെ കൊണ്ടുവന്ന് റോസിക്ക് ഇഞ്ചക്ഷൻ കൊടുത്തു. റോസി ഇനി പ്രസവിക്കുകയില്ലാ എന്ന് അച്ഛൻ അമ്മയോട് പറയുന്നത് കേട്ടു. എന്നിട്ടും പൊക്കനും റോസിയും തമ്മിലുള്ള ഇഷ്ടം തുടർന്നു.

അങ്ങനെയിരിക്കെയാണ് റോസിയുടെയും പൊക്കന്റെയും സുഖകരമായ ജീവിതത്തിലേക്ക് അവരുടെ വില്ലൻ ആവിർഭവിക്കുന്നത്. ആരായിരുന്നു വില്ലൻ? 'ടൈഗർ.' അച്ഛൻ തൃശ്ശൂരിൽനിന്നും വിലകൊടുത്ത് കൊണ്ടുവന്ന ഘനഗംഭീരനായ നായയായിരുന്നു ടൈഗർ. അവനെ കണ്ടാൽത്തന്നെ ആരും ഒന്ന് കിടുങ്ങും. അവന്റെ ഉച്ചത്തിലുള്ള കുരകേട്ടാൽ ആരും ഞെട്ടും. അത്രയ്ക്ക് ഉശിരനായിരുന്നു ടൈഗർ. അച്ഛൻ അവന് വലിയൊരു കൂട് പണിതു. അങ്ങനെ രാജകീയമായി തന്നെ ടൈഗർ തന്റെ ഭരണം തുടങ്ങി. രാത്രികാലങ്ങളിലും അച്ഛന് അവധിയുള്ള ദിവസങ്ങളിലും മാത്രമേ ടൈഗറിനെ പുറത്തിറക്കിയിരുന്നുള്ളൂ. റോസിയെപ്പോലെയായിരുന്നില്ല ടൈഗർ. ഇറച്ചിയും മീനുമില്ലാതെ അവൻ ഊണ് കഴിച്ചിരുന്നില്ല.

ടൈഗറിന്റെ ആദ്യത്തെ 'അറ്റംപ്റ്റ്' അവൻ വന്നു കയറിയ നാലാം നാളായിരുന്നു. അച്ഛനുള്ളതിനാൽ അന്ന് അവനെ കൂട് തുറന്നുവിട്ടു.

കുറച്ചുനാളുകൾക്ക് ശേഷം പൊക്കൻ റോസിയെ കാണാൻ വന്ന ദിവസമായിരുന്നു അന്ന്. പൊക്കനെ കണ്ടപാടെ ടൈഗർ എടുത്തുചാടി ആക്രമിച്ചു. ടൈഗറിന്റെ ആദ്യത്തെ 'അറ്റംപ്റ്റ്' കാണാൻ അച്ഛനും ചുറ്റുവട്ടത്തുമുള്ള പലരും അടുത്തുകൂടി. ഒന്ന് പ്രതിഷേധിക്കാനൊരിടംപോലും നല്കാതെ ടൈഗർ പൊക്കനെ ഘോരഘോരം കടിച്ചു. തന്റെ കൂട്ടുകാരനെ കൊല്ലാതെ കൊല്ലുന്നത് കണ്ട റോസി തന്നാലാവും വിധം ടൈഗ

റിനോട് പ്രതിഷേധിച്ചു. അവൾ ഒരു പാവമായിരുന്നല്ലോ. മുമ്പാരെയെങ്കിലും ഉപദ്രവിച്ചോ ശണ്ഠകൂടിയോ ഉള്ള ശീലം അവൾക്കില്ലായിരുന്നു. റോസി കുറെനേരം ടൈഗറിനോട് കേണു. പിന്നെ അച്ഛനരുകിൽ വന്ന് അച്ഛന്റെ കാൽ നക്കി. അവൾക്കറിയാവുന്ന ഭാഷയിലെല്ലാം അവൾ പറഞ്ഞു: “പൊക്കനെ രക്ഷിക്കൂ.”

അച്ഛൻ കുലുങ്ങിയില്ല. ചുറ്റുമുള്ള ആരും കുലുങ്ങിയില്ല. അവരെല്ലാവരും രസം പിടിച്ചിരിക്കുകയായിരുന്നു. എനിക്ക് റോസിയുടെയും പൊക്കന്റെയും നിസ്സാഹായവസ്ഥ കണ്ട് കരച്ചിൽ വന്ന് തുടങ്ങിയിരുന്നു. പക്ഷേ, അച്ഛൻ! അച്ഛൻ ഇച്ഛിക്കുന്നതേ നടക്കൂ.

അവസാനം പൊക്കൻ തോല്വി സമ്മതിച്ച് വാല് താഴ്ത്തി മലർന്ന് കിടന്നു. നായ്ക്കളുടെ കീഴടങ്ങൽ അങ്ങനെയാണ്. പക്ഷേ, ടൈഗർ എന്നിട്ടും വിട്ടില്ല. അവൻ കിട്ടിയ അവസരം പരമാവധി മുതലാക്കുകയായിരുന്നു. കാല് പിടിച്ച് കരഞ്ഞ പൊക്കനെ പിന്നെയും അവൻ കടിച്ച് പൊളിച്ചു. എപ്പോഴോ അച്ഛന് മനസ്സലിവ് തോന്നിയിരിക്കണം. അച്ഛൻ പറഞ്ഞു: “മതി ടൈഗർ നീ നിന്റെ കഴിവ് തെളിയിച്ചിരിക്കുന്നു. സബാഷ്.”

ദേഹമാസകലം ചോരയിൽ കുതിർന്ന് പൊക്കനവിടെ കിടന്നു. റോസി പൊക്കനെ നക്കിയും തുടച്ചും പരിചരിച്ചുകൊണ്ടിരുന്നു.

പിറ്റേന്ന് പ്രഭാതത്തിൽ ഞങ്ങളുണർന്ന് നോക്കിയപ്പോൾ പൊക്കന്റെ ദേഹത്ത് ഉറുമ്പരിച്ചിരുന്നു. റോസി അപ്പോഴും പൊക്കന്റെ ജഡത്തിനരുകിൽ തന്നെ. ദിവസങ്ങൾ നീങ്ങിക്കൊണ്ടിരുന്നു. റോസിക്കിപ്പോൾ പഴയ ഉന്മേഷമില്ല. റോസിയോട് അച്ഛനും അമ്മയും വലിയ പരിലാളനയൊന്നുമില്ല. എല്ലാവർക്കും ഇപ്പോൾ ടൈഗറെ മതി.

ടൈഗറിന് റോസിയോട് മൃദു സമീപനമായിരുന്നു. റോസി ടൈഗറിനോട് യാതൊരുവിധ അടുപ്പത്തിനും പോയില്ല. ടൈഗറെപ്പോഴും റോസിയേയും വീക്ഷിച്ച് മധുരസ്വപ്നങ്ങൾ കണ്ടുകിടക്കും. കൂട്ടിൽനിന്നും പുറത്ത് വന്നാൽ ടൈഗർ റോസിയോട് ഇഷ്ടം കൂടാൻ ശ്രമിക്കും. പക്ഷേ, റോസി എപ്പോഴും അവനിൽ നിന്ന് ഓടിയൊളിച്ചു.

കന്നിമാസം വന്നു. ടൈഗറിന്റെ പ്രേമം കൊടുമ്പിരി കൊണ്ടു. അവന്റെ ശ്രമങ്ങൾ വിഫലങ്ങളായപ്പോൾ അവൻ കൂട്ടിൽ കിടന്ന് അസഹ്യമായി ഓളിയിടാൻ തുടങ്ങി.

അങ്ങനെ കൊടുംമഴയുള്ള ആ ഘോരരാത്രിയിൽ അച്ഛൻ റോസിയോട് ആ മഹാപാതകം ചെയ്തു. രാത്രി അച്ഛൻ റോസിയെ ബലമായി പിടിച്ച് ടൈഗറിന്റെ കൂട്ടിലിട്ട് അടച്ചു.

റോസിയുടെ ദീനരോദനങ്ങൾ കേട്ട് അന്ന് രാത്രി ഞാനുറങ്ങിയില്ല. പിറ്റേന്ന് അച്ഛൻ കൂട് തുറന്നപ്പോഴേക്കും റോസി ഒരു ജീവച്ഛവമായി കഴിഞ്ഞിരുന്നു. റോസി കൂട്ടിൽനിന്നും പുറത്തേക്കിറങ്ങി ആരുടേയും മുഖത്ത് നോക്കാതെ പുറത്തേക്ക് പോയി. എന്നന്നേക്കുള്ള ഒരു യാത്രപോലെ.

ഞാൻ ഭയപ്പെട്ടിരുന്നതുപോലെ അവൾ പിന്നീട് തിരിച്ചു വന്നില്ല.

ആലിളാപ്പ

ആലിളാപ്പ നാല്പത് കഴിഞ്ഞ ഒരു മദ്ധ്യവയസ്കനാണ്. സ്വന്തത്തിൽപ്പെട്ടവരും അല്ലാത്തവരും പ്രായത്തിൽ കൂടിയവരും കുറഞ്ഞവരുമായ എല്ലാവരും അദ്ദേഹത്തെ ആലിളാപ്പ എന്നാണ് വിളിച്ചിരുന്നത്.

ആലിളാപ്പയ്ക്ക് പ്രത്യേകിച്ചൊരു തൊഴിലില്ല. എന്നാൽ ഒരു വിധമെല്ലാ തൊഴിലുമറിയും താനും. മരം വെട്ട്, ചെത്തിത്തേപ്പ്, കൽപ്പടവ്, വിറകുവെട്ട്, മണ്ണ് കിള തുടങ്ങി ഈ ദുനിയാവിലുള്ള സകല പണികളും തനിക്കറിയാം എന്നമട്ടിലാണ് മൂപ്പരുടെ നടപ്പ്.

നാല്പത് കഴിഞ്ഞപ്പോൾ സ്വയം റിട്ടയർമെന്റ് പ്രഖ്യാപിച്ച് ഉപദേശവും മേൽനോട്ടവും മാത്രം നടത്തി കാലം കഴിക്കുകയാണ് ആലിളാപ്പ. ആലിളാപ്പയുടെ ഉപദേശം കേട്ട് പടുകുഴിയിലും ഊരാക്കുടുക്കിലും പെട്ട് ഗ്രാമവാസികൾ നട്ടം തിരിയുന്നകാലം. ഒരു ദിവസം മൂളിപ്പാട്ടൊക്കെപാടി ആരെയാണിന്ന് ഉപദേശിച്ച് കുളംതോണ്ടാൻ കിട്ടുക എന്ന് തക്കം നോക്കി ആലിളാപ്പ പുറത്തേക്കിറങ്ങി. അപ്പോൾ പാൽക്കാരി ദാക്ഷായണിയമ്മ താൻ പുതുതായി വാങ്ങിയ മുഴുവനായും മെരുങ്ങാത്ത കൊമ്പിപ്പശുവിനെ കുറ്റിയിൽ തളയ്ക്കാൻ ശ്രമിക്കുകയാണ്. ഒരു കൈ സഹായിച്ച് പശുവിന്റെ ഒരു തൊഴിയും വാങ്ങി ദാക്ഷായണിയമ്മയോട് രണ്ട് പഞ്ചാരവാക്കൊക്കെ പറഞ്ഞ് ആലിളാപ്പ മുന്നോട്ട്.

അപ്പോഴാണ് നാട്ടിലെ പ്രധാന മരംവെട്ടുക്കാരനായ 'കഷണ്ടി ബാലനും' ശിങ്കിടി 'ബേബിച്ചനും' പിന്നെ കുറെ മല്ലന്മാരും കൂടി അനാദികാലത്തോളം പഴക്കമുള്ള വലിയൊരു തെങ്ങ് വെട്ടി തള്ളിയിടാൻ ശ്രമിക്കുന്നത് ആലിളാപ്പ കാണുന്നത്.

വളഞ്ഞ് പുളഞ്ഞ തെങ്ങ് ഒത്ത ഉയരത്തിലാണ്. ഒരു വശത്ത് കൂടി ത്രീഫേസ് ഇലക്ട്രിക് ലൈൻ പോകുന്നു. മറ്റ് ഭാഗത്ത് വീടുകളുണ്ട്. മരം ചായ്ക്കാൻ ചെറിയൊരു വിടവേ ബാക്കിയുള്ളൂ. ലേശം പിഴച്ചാൽ ആകെ ഗുലുമാലാകും. തെങ്ങ് പാതി വെട്ടി നിർത്തിയിരിക്കുകയാണ് ശ്രമക്കാരെല്ലാം. കയറ് പിടിക്കാൻ ആർക്കും ധൈര്യമില്ല.

ആലിളാപ്പ അടുത്തെത്തിയപ്പോൾ ഒരു പരിഹാരം പറയും എന്നെല്ലാവരും കരുതി. ചുറ്റും വീക്ഷിച്ച് കാര്യസ്ഥിതി ബോദ്ധ്യപ്പെട്ട് ലേശം പരിഹാസത്തോടെ ആലിളാപ്പ ചോദിച്ചു - "കയറ് പിടിക്കാൻ ആർക്കും ധൈര്യല്ല്യാ അല്ലേ?"

ശിങ്കിടി ബേബിച്ചൻ പറഞ്ഞു: "ചെറിയൊരു പഴുതേയുള്ളൂ. പിഴച്ചാൽ..."

രക്ഷകനെപ്പോലെ അപ്പോൾ ആലിളാപ്പ മൊഴിഞ്ഞു: "ആരും പേടിക്കേണ്ട. കയറ് ഞാൻ പിടിക്കാം. നിങ്ങൾ വെട്ടി തെങ്ങ് തള്ളുക."

കഷണ്ടി ബാലൻ പറഞ്ഞു - "വേണ്ട ബുദ്ധിമുട്ടാണ്. ഞങ്ങൾ ലൈൻമാനെ കൊണ്ടുവന്ന് കമ്പിയഴിച്ചാലോ എന്നാലോചിക്കുകയാണ്."

ആലിളാപ്പായ്ക്ക് വലിയ അപമാനമായിപ്പോയി കഷണ്ടി ബാലന്റെ വാക്കുകൾ. തന്റെ അനുഭവപരിചയം സ്ഥാപിക്കാൻ ശ്രമിച്ചുകൊണ്ട് ആലിളാപ്പ കൃത്രിമ ഗൗരവത്തിൽ പറഞ്ഞു. "ബാലാ ഞാൻ മരം വെട്ടാൻ തൊടങ്ങണ കാലത്ത് നീ അമ്മേടെ അമ്മിഞ്ഞപ്പാല് കുടിക്കാണ്. അതുകൊണ്ട് പറയുന്നത് കേൾക്ക്. നീ മരം വെട്ട്."

ഒടുവിൽ മനസ്സില്ലാ മനസ്സോടെ ബാലൻ തയ്യാറായി. ആലിളാപ്പയുടെ വീരകൃത്യം കാണാൻ ചെറിയൊരാൾക്കൂട്ടം രൂപപ്പെട്ടു.

ആലിളാപ്പ കയർ സ്വന്തം അരയിൽ ചുറ്റി ഒരു കളരിയഭ്യാസിയെപ്പോലെ എടുപ്പോടെ നിന്നു. ബാലനും കൂട്ടരും പാതിയി

ലേറെ വെട്ടിയ മരം തള്ളുന്നതിന് മുമ്പ് ഒരിക്കൽക്കൂടി മൗനത്തിന്റെ ഭാഷയിൽ ആലിളാപ്പയോടെ ചോദിച്ചു: "വേണോ വേണ്ടയോ" അതേ ഭാഷയിൽ തന്നെ ആലിളാപ്പ അതിന് മറുപടിയും പറഞ്ഞു: "വേണം"

ബാലൻ മരം തള്ളി, പക്ഷേ, ആലിളാപ്പയുടെ കണക്കുകൂട്ടൽ തെറ്റിച്ചുകൊണ്ട് എതിർവശത്തേക്കാണ് മരം ചാഞ്ഞത്. അരികിലുള്ള വീടിന്റെ മേല്ക്കൂരയിലേക്ക് മരം വീണു. കയർ അരയിൽ ചുറ്റിയത് കാരണം മരത്തിന്റെ വേഗതയിൽ അനാദികാലത്തോളം പഴക്കമുള്ള തെങ്ങിന്റെ ഉയരത്തിൽ ആലിളാപ്പ ആകാശത്തേക്കുയർന്നു. ആലിളാപ്പ ആകാശത്ത് കൂടി പറപറക്കുന്നത് കൺകുളിർക്കെ ജനം കണ്ടു. പിന്നെ മൂക്കും കുത്തി താഴേക്ക് വീഴുന്നതും ജനം കണ്ടു.

ആലിളാപ്പയ്ക്ക് ബോധം തെളിയാൻ ദിവസങ്ങളെടുത്തു. കട്ടിലിൽ നിന്നെഴുന്നേല്ക്കാൻ വർഷങ്ങളോളമെടുത്തു. ഇന്നാരേയും ഉപദേശിക്കാറില്ല ആലിളാപ്പ. സാഹസങ്ങൾക്ക് മുതിരാറുമില്ല. അനുഭവം ഗുരു.

കുളമ്പ് മനുഷ്യൻ

അത് ആരോ പടച്ച് വിട്ട ഒരു കല്പിത കഥയായിരുന്നു. ഒരു കാലഘട്ടത്തിൽ എന്റെ ഗ്രാമത്തിൽ കുളമ്പുമനുഷ്യനെ കുറിച്ചുള്ള കഥ പ്രചരിക്കപ്പെട്ടിരുന്നു. അന്ന് ഞങ്ങൾ കുട്ടികൾ അതെല്ലാം യാഥാർത്ഥ്യമാണെന്ന് വിശ്വസിച്ചിരുന്നു.

രൂപം മനുഷ്യന്റേതു തന്നെ. പക്ഷേ, കൈകാലുകളിൽ വിരലുകൾക്കും പാദങ്ങൾക്കും പകരം നാല്ക്കാലികളുടേതുപോലെ കുളമ്പ്. അതാണ് കുളമ്പു മനുഷ്യൻ! ഓർക്കുമ്പോഴേ ആരും ഭയചകിതരാകും.

കുളമ്പുമനുഷ്യനെ കണ്ടു എന്ന് പറഞ്ഞ് അനുഭവസ്ഥർ പലരും രംഗത്തിറങ്ങി. അവർ നിറം പിടിപ്പിച്ച കഥകൾ മെനയാൻ തുടങ്ങി. നേർത്ത ഭയവും ജിജ്ഞാസയും ആർക്കുമൊരു ആനന്ദം തരുമല്ലോ, അതായിരുന്നു കുളമ്പുമനുഷ്യൻ പ്രദാനം ചെയ്തിരുന്നത്.

അക്കാലത്ത് അച്ഛന് ജോലി കഴിഞ്ഞ് പുഴ കടന്ന് കുറേ ദൂരം നടന്ന് വേണമായിരുന്നു വീട്ടിലെത്താൻ. നേരത്തെ വരണമെന്നും, രാത്രികാലങ്ങളിൽ ആരെങ്കിലും പിന്നിൽനിന്ന് വിളിച്ചാൽ തിരിഞ്ഞുനോക്കരുതെന്നും അമ്മ ചട്ടം കെട്ടിത്തുടങ്ങി.

ഇന്നത്തെ പഞ്ചായത്തുറോഡുകളെല്ലാം അന്നിടവഴികളാണ്. ഇടവഴികളിലൂടെ നടക്കുമ്പോൾ സൂക്ഷിക്കണം. മുളമുള്ള് കൊണ്ട് കെട്ടിയിരുന്ന വേലികളിൽനിന്ന് മുള്ള് പൊഴിഞ്ഞ് കിട

ക്കുന്നുണ്ടാകും. കാലിൽ കടയോളം കയറി അരികറ്റു പോകുന്ന മുള്ള് ഒരാളെ വേദനാജനകമായി ദിവസങ്ങളോളം കിടത്തും. കുട്ടികളുടെ അന്നത്തെ പ്രധാനരോഗം അതായിരുന്നു.

ഒരിക്കൽ ഇടവഴിയിലൂടെ യാത്ര ചെയ്തിരുന്ന ഒരു നമ്പൂതിരിക്ക് വഴി മദ്ധ്യേ ഒരപരിചതനെ കിട്ടി. കൂട്ടിനൊരാളായല്ലോ എന്നാശ്വാസമായി നമ്പൂതിരിക്ക്. അവർ പരിചയപ്പെട്ടു. സുഹൃത്തുക്കളായി. കഥകൾ പറഞ്ഞു. കൂട്ടത്തിൽ നമ്പൂതിരി കുളമ്പു മനുഷ്യനെക്കുറിച്ചുള്ള പേടിപ്പെടുത്തുന്ന കഥയും പറഞ്ഞു. നമ്പൂതിരി ഭയാംഗമായ കുളമ്പിനെ വർണ്ണിച്ച് ഫലിപ്പിക്കാൻ പ്രയാസപ്പെട്ടപ്പോൾ അപരിചിതൻ നിന്നു. അയാൾ തന്റെ കാല്പാദങ്ങൾ നമ്പൂതിരിക്കു നേരെ നീട്ടി. എന്നിട്ടു ചോദിച്ചു.

“ഇതുപോലെയാണോ എന്ന് നോക്ക്.”

അയാളുടെ കാലിലെ കുളമ്പുകൾ കണ്ട് നമ്പൂതിരി നടുങ്ങി. അപ്പോൾ അപരിചിതൻ വികൃതമായി ചിരിച്ചു.

“ഹി.... ഹി.... ഹി.....”

താനിത്രനേരവും സംസാരിച്ചത് കുളമ്പുമനുഷ്യനോടാണെന്ന് കണ്ട നമ്പൂതിരി നിലവിളിയോടെ അബോധത്തിലേക്ക് കൂപ്പുകുത്തി.

രാത്രിയും നട്ടുച്ചയും അക്കാലത്തൊരുപോലെയാണ്. ഉച്ചയ്ക്ക് പേടിപ്പെടുത്തുന്ന ഒരു പ്രശാന്തതയാണ്. എല്ലാവരും അപ്പോഴൊന്ന് മയങ്ങും. ഞാനപ്പോൾ പാടത്തിനക്കരെയുള്ള മുട്ടിക്കുടിയൻ മാവിന്റെ ചുവട്ടിലേക്കോടും. അവിടെ മാമ്പഴങ്ങൾ പൊഴിഞ്ഞു കിടക്കുന്നുണ്ടാവും. മുട്ടിക്കുടിയന്മാങ്ങ അന്നത്തെ എന്റെ ഫ്രൂട്ടിയാണ്.

ഒരുനാൾ മതിവരുവോളം മാമ്പഴച്ചാർ കുടിച്ച് ഞാൻ വീട്ടിലേക്കു മടങ്ങുകയായിരുന്നു. അമ്മമ്മ പണ്ട് തുണികൾ നെയ്തിരുന്ന ചർക്കയുടെ മരച്ചക്രം കമ്പുകൊണ്ടുരുട്ടിയാണ് എന്റെ യാത്ര. കത്തിക്കാളുന്ന വെയിൽ. അതെന്റെ കാല്പാദങ്ങളെ പൊള്ളിക്കുന്നു. പെട്ടെന്ന് എനിക്കൊരു തോന്നൽ. ആരോ എന്റെ പിന്നിലുണ്ട്...! ഞാൻ മരച്ചക്രത്തിന്റെ വേഗതകൂട്ടി. പിന്നിൽ കുളമ്പടി ശബ്ദം! അതെന്നെ തൊട്ടുതൊട്ടില്ലാ എന്ന മട്ടിൽ. എന്റെ മരച്ചക്രം ബാലൻസ് തെറ്റി മറ്റെവിടേക്കോ ഉരുണ്ടു പോയി. ഒരു

രക്ഷകനെപ്പോലെ എന്റെ മനസ്സിലപ്പോൾ അച്ഛന്റെ രൂപം തെളിഞ്ഞു വന്നു. അച്ഛാ എന്ന് നിലവിളിച്ച് ഞാനതിവേഗം പാഞ്ഞു.

കൂട്ടം കൂടി മല്ലികച്ചെടികൾ പൂത്തുനിന്നിരുന്ന തറവാട്ടുമുറ്റത്തേക്ക് കാലുകൾ തച്ചുകുത്തി ഞാൻ വീണപ്പോൾ ഏതോ നാഗം മാളം തുരന്ന നനഞ്ഞ മണ്ണിന്റെ ഗന്ധവും തണുപ്പും ഞാനറിഞ്ഞു. മണ്ണിന് സുഗന്ധമാണ്. കുളമ്പടിശബ്ദം അപ്പോൾ അച്ഛനെ ഭയന്ന് മറ്റെവിടേക്കോ അകന്നു പോയിരുന്നു.

തട്ടിപ്പ്

ഒരു സൈക്കിൾ സ്വന്തമാക്കുക എന്നത് കുട്ടിക്കാലത്തെ എന്റെയും അനിയന്റെയും വലിയൊരാഗ്രഹമായിരുന്നു. ഇന്നത്തെ ബൈക്കിന്റെ സ്ഥാനം അന്ന് സൈക്കിളിനാണ്. കുറ്റിപ്പുറം ടൗണിൽനിന്ന് സൈക്കിൾ വാടകയ്ക്കെടുത്ത്, ചവിട്ടാൻ ഒരുവിധം പഠിച്ചിട്ടുണ്ട്. എങ്കിലും നാലാളുടെ മുന്നിൽക്കൂടി ആത്മവിശ്വാസത്തോടെ ഓടിക്കാനായിട്ടില്ല. മാത്രമല്ല 'കൊച്ചിക്കേറുക', 'ഡബ്ൾവെക്കുക' തുടങ്ങിയ കാര്യങ്ങളെല്ലാം പഠിക്കാൻ ബാക്കിയുമാണ്.

ഞങ്ങളെ സംബന്ധിച്ച് സ്വന്തമായി സൈക്കിൾ വാങ്ങുക എന്നത് വിദൂരമായ സ്വപ്നം തന്നെയായിരുന്നു. ഗ്രാമത്തിൽ തന്നെ സമ്പന്നരായ മൂന്നോ നാലോ പേർക്കേ അന്ന് സൈക്കിളുള്ളൂ. അരവണ്ടി, മുക്കാൽവണ്ടി, ഒരുവണ്ടി എന്നിങ്ങനെ വലുപ്പത്തിന്റെ അടിസ്ഥാനത്തിൽ മൂന്നിനങ്ങളാണ്. ഞങ്ങൾക്ക് അരവണ്ടിയായാലും മതി. കൂലിപ്പണിക്കാരനായ അച്ഛനോട് ഒരു സൈക്കിൾ വാങ്ങിത്തരണം എന്നു പറയുന്നത് അവിവേകമാണെന്ന് ഞങ്ങൾ രണ്ടുപേർക്കും തിരിച്ചറിവുണ്ട്. എങ്കിലും ഞങ്ങൾ മോഹിച്ചുകൊണ്ടേയിരുന്നു. കുട്ടികളുടെ മോഹങ്ങൾക്കതിരുകളില്ലല്ലോ.

സൈക്കിൾമോഹം ഞങ്ങൾ പലകൂട്ടുകാരോടും പങ്കുവെച്ചിട്ടുണ്ട്. സദ്ദാംഹുസൈന്റെ വലിയ ആരാധകനായിരുന്ന 'സദ്ദാം'

എന്ന ഇരട്ടപ്പേരിലറിയപ്പെടുന്ന കുഞ്ഞിപ്പയിപ്പോൾ അര വണ്ടിയിൽനിന്ന് ഒരുവണ്ടിയിലേക്ക് മാറിയിട്ടുണ്ട്. അതുകൊണ്ട് പഴയ സൈക്കിൾ വില്ക്കാനിട്ടിരിക്കുകയാണ്. അവന്റെ ഉമ്മയെ സോപ്പിട്ടാൽ തഞ്ചത്തിൽ കിട്ടും. ഇൻഫോർമേഷൻ തന്നത് എട്ടാം ക്ലാസിൽ പഠിപ്പുനിർത്തി ഇപ്പോൾ തുന്നൽപ്പണിക്ക് പോയ്കൊണ്ടിരിക്കുന്ന എന്റെ ക്ലാസ്മേറ്റ് കൂടിയായിരുന്ന വേലായുധനാണ്.

ഞാൻ ചോദിച്ചു: "വില?"

"നൂറ്റമ്പതുരൂപ. നീയായതുകൊണ്ട് എനിക്ക് കമ്മീഷൻ ചാർജ്ജ് വേണ്ട. ഞാനാവശ്യപ്പെടുമ്പോഴൊക്കെ സൈക്കിൾ ചവിട്ടാൻ തന്നാമതി."

അന്ന് അച്ഛന് അറുപതുരൂപയാണ് ദിവസക്കൂലി. അച്ഛന്

ഒരു ദിവസം പണിയില്ലെങ്കിൽ വീട്ടുബഡ്ജറ്റ് തെറ്റുന്ന കുടുംബാന്തരീക്ഷത്തിൽ കഴിയുന്ന ഞങ്ങൾ നൂറ്റമ്പതുരൂപയ്ക്ക് സൈക്കിൾ സ്വപ്നം കാണുക. അവിവേകമല്ല അതപരാധം തന്നെയാണ്.

എങ്കിലും ആ നിസ്സാരത വേലായുധനെയറിയിക്കാതെ ഞാൻ കച്ചോടം തള്ളി:

"പൈസല്ലാഞ്ഞിട്ടല്ല. വിലകൂടുതലാണ്, നഷ്ടം വരും."

"റാലിയുടെ സൈക്കിളാ, എപ്പോകൊടുത്താലും വാങ്ങിയ വിലകിട്ടും." വേലായുധൻ പിന്നെയും പ്രലോഭിപ്പിച്ചു.

"എന്നാപ്പിന്നെ വേലായുധന് വാങ്ങിക്കൂടെ. തുന്നലിന് കുറ്റിപ്പുറത്തങ്ങാടിക്ക് സൈക്കിൾ ചവിട്ടിപോകാലോ?"

"ഇപ്പോ വേണ്ടാച്ചിട്ടാണ്. അടുത്ത കൊല്ലം കുന്നംകുളത്ത്ന്ന് പുതിയ സൈക്കിള് വാങ്ങാൻ ഓർഡർ കൊടുത്തിട്ട്ണ്ട്. സെക്കന്റ്ഹാന്റിലെനിക്ക് കമ്പല്ല്യ." വേലായുധൻ എന്റെ സംശയത്തിന് തടയിട്ടു.

"നമുക്ക് എത്ര പൈസവരെ ബഡ്ജറ്റാവാം." വേലായുധൻ എന്നെ വിടാൻ ഭാവമില്ല.

"നൂറ് രൂപ." വേലായുധന് മുന്നിൽ കുറച്ചിൽ തോന്നാതിരിക്കാൻ പറഞ്ഞതാണ്. അത് കേട്ടപ്പോൾ വേലായുധന് എന്നോടൊരു മതിപ്പൊക്കെ തോന്നിയിട്ടുണ്ടാകും.

ഞങ്ങൾ പിരിഞ്ഞു. ഭാഗ്യം! വേലായുധന്റെ മുന്നിൽ മാനം പോയില്ല.

ഞാനും അനിയനും വലിയവലിയ ചർച്ചകളും താങ്ങിയാൽ പൊന്താത്ത മോഹങ്ങളുമായിത്തന്നെ മുന്നോട്ടുപോയി. സൈക്കിൾ ഒരു മഹാസ്വപ്നമായിത്തന്നെ അവശേഷിച്ചു.

വിഷുക്കാലമായി. അക്കാലത്ത് വിഷുക്കൈനീട്ടം വീട്ടിലുള്ളവർ മാത്രമല്ല നാട്ടിലെ പ്രധാനപ്പെട്ട എല്ലാവരും തരും. വിഷുക്കൈനീട്ടം കൊടുക്കാനില്ലാത്തത് അന്തസ്സുകേടാണ്. കുട്ടികൾ സംഘമായി വീടുവീടാന്തരം കയറിയിറങ്ങും. ആ കാലം ഒരുമയുടേതാണ്.

ആ തവണ ഞാനും അനിയനും സ്വരുക്കൂട്ടിയ കൈനീട്ടം എണ്ണിനോക്കിയപ്പോൾ അത്ഭുതപ്പെട്ടുപോയി. എഴുപത് രൂപ! റെക്കോർഡാണ്. തൊട്ടടുത്ത ഹെൽത്ത് സെന്ററിലേക്ക് പുതുതായി സ്ഥലംമാറിവന്ന, പിന്നീട് കുടുംബസുഹൃത്തായിത്തീർന്ന

അനുപമ ടീച്ചറാണ് ആദ്യകൈനീട്ടം തന്നത്. രണ്ടുപേർക്കും ഓരോ രൂപ. മൂന്നു വർഷത്തിന് ശേഷം മംഗലാപുരത്ത് നിന്ന് നാട്ടിൽ വന്ന കുട്ടേട്ടനാണ് വലിയ സംഖ്യ തന്നത്. അഞ്ചുരൂപ. കുട്ടേട്ടൻ തന്നത് വേറെയറിയാം. പുത്തൻ അഞ്ചുരൂപാ നോട്ടുകളാണ്. ഞാനിപ്പോഴെ ഉറപ്പിച്ചു കഴിഞ്ഞു. മറ്റൊന്നുമാകണ്ട, വലുതായാൽ എനിക്ക് കുട്ടേട്ടനെ പോലെയായാമതി. അദ്ദേഹത്തിന്റെ കൂടെ മംഗലാപുരത്തിന് പോകണം. കുട്ടേട്ടൻ സമ്മതിച്ചാ മതിയായിരുന്നു.

അച്ഛനുപേക്ഷിച്ച ഒരു പേഴ്സിൽ പണമിട്ട് മുതിർന്നവരെപ്പോലെയാണ് എന്റെയും അനിയന്റെയും നടപ്പ്. പേഴ്സ് ഞാനാണ് പിടിക്കുക. ഇടയ്ക്കിടെ പണമെണ്ണിനോക്കും. വല്ലപ്പോഴും പേഴ്സ് അനിയന് കൈവശം വെക്കാനും ഞാനനുവദിച്ചിരുന്നു. അപ്പോഴും എന്റെ ഒരു കണ്ണ് പേഴ്സിന്മേൽ തന്നെ. ഗൗരവത്തിൽ ഞാനവനെ ഉപദേശിക്കും: "പണമാണ് സൂക്ഷിക്കണം."

സത്യമായും ഞങ്ങൾ പണക്കാരായത് വേലായുധനറിഞ്ഞോ! ഒരു ദിവസം വേലായുധൻ എന്നെ അന്വേഷിച്ച് പന്തുകളി ഗ്രൗണ്ടിലേക്ക് വരുന്നു.

"ഒരു സ്വകാര്യം പറയാനുണ്ട്." എന്നോട് വേലായുധൻ.

ഞങ്ങൾ ആൾക്കൂട്ടത്തിൽനിന്ന് മാറി നിന്നു. എന്റെ അരയിലപ്പോഴും പേഴ്സുണ്ട്.

"എന്താണ്?" ഞാൻ അന്വേഷിച്ചു.

"നൂറുരൂപയ്ക്ക് ഒരു സൈക്കിൾ കിട്ടാനുണ്ട്."

"എവിടെയാണ്?"

"അതൊക്കെ പറയാം. എനിക്ക് കമ്മീഷൻ വേണ്ട, ചവിട്ടാൻ തന്നാമതി."

"സൈക്കിളെവിടെയാണെന്ന് പറ."

"എന്റെ അയൽപക്കത്തുള്ള കസേരനെയ്ത്തുകാരൻ മാനുവിന്റെ കൈയിലാണ്. ഫുൾക്കണ്ടീഷനാ, സ്പോർട്സ് വണ്ടിയാണ്. നല്ല ലുക്കും."

"പൈസയ്ക്ക് കുറച്ചു ടൈറ്റുണ്ട്. എഴുപത് രൂപയ്ക്കാണെങ്കി ഞാനെടുക്കാം."

"അത് കിട്ടില്ല. നൂറ്റമ്പതുരൂപയാണ് പറഞ്ഞത്. ഞാൻ പെശകി നൂറുരൂപയാക്കിയതാണ്. ഇന്ന് തന്നെ അഡ്വാൻസ് കൊടുത്തി

ല്ലെങ്കി സാധനം മറ്റാരെങ്കിലും ചൂണ്ടും."

ഞാനാകെ ധർമ്മസങ്കടത്തിലായി. ഞാനനിയനെ വിളിച്ച് കാര്യമവതരിപ്പിച്ചു. അവനും ഉത്സാഹിയായി:

"ഈ അവസരം നഷ്ടപ്പെടുത്തിക്കൂടാ. ഒരു സൈക്കിൾ സ്വന്തമാക്കിയാ പിന്നെ നമ്മളാരാ. ഒരു നെലയും വിലയുമൊക്കെ വരും. ആ സദ്ദാമിന്റെ കാര്യം നോക്ക്. എന്താ സ്കൂളിലൊക്കെയവ ന്റെയൊരു വെയ്റ്റ്."

"പക്ഷേ, ബാക്കി മുപ്പതുരൂപ എങ്ങനെയൊപ്പിക്കും." ഞാന നിയനോടെന്റെ സംശയമവതരിപ്പിച്ചു.

അനിയൻ കുറച്ചൊന്നാലോചിച്ചു. ഞാനാണ് മൂത്തതെങ്കിലും ബുദ്ധി കൂടുതൽ ഈ പഹയനാണ്.

"അതിന് വഴിയുണ്ട്." അനിയൻ ഉപായം കണ്ടിരിക്കുന്നു.

"എന്തുവഴി?"

"അതു പിന്നെ പറയാം. ആദ്യം നമുക്ക് പോയി കച്ചോടമു റപ്പിക്കാം."

ഞങ്ങളപ്പോൾ തന്നെ വേലായുധനെ കൂട്ടി മാനുവിന്റെ വീട്ടി ലേക്ക് പോയി. റെയിലോരത്തായിരുന്നു മാനുവിന്റെ വീട്. അയാ ളുടെ പടിക്കലെത്തിയപ്പോൾ വേലായുധൻ ഒന്നുകൂടി എന്നെ ഓർമ്മിപ്പിച്ചു:

"കച്ചോടം കഴിഞ്ഞാ വാക്ക് മാറരുത്. എനിക്ക് ഓടിക്കാൻ തരുന്ന കാര്യം...?"

"നോക്കാം." വേലായുധന് കൊടുക്കാനെനിക്ക് യാതൊരു വിരോധവുമില്ലായിരുന്നു. എങ്കിലും പോസഭിനയിച്ചു.

"നോക്കിയാ പോരാ നടക്കണം."

"നടത്താം."

മാനുവിനെപ്പോലെ അത്രയും തങ്കപ്പെട്ടൊരു മനുഷ്യനെ ഞാനതുവരെ കണ്ടിട്ടേയില്ലായിരുന്നു. എന്തു നല്ല സ്വഭാവം, എന്തൊരു മര്യാദ. അദ്ദേഹം സൈക്കിൾ പുറത്തിറക്കി കാണിച്ചു തന്നു. വേലായുധൻ പറഞ്ഞത് ശരിയാണ്. വെറും സൈക്കി ളല്ല, എടുപ്പും പവറും ഒന്നു വേറെ തന്നെ. സാധാരണ സൈക്കി ളിനേക്കാൾ വീതി കുറഞ്ഞ റിമ്മും ടയറുമായിരുന്നു അതിന്റെ പ്രത്യേകത.

"ആദ്യം രണ്ടുപേരും ഒന്നോടിച്ച് നോക്ക്. ഇഷ്ടപ്പെട്ടെങ്കി

വാങ്ങ്യാ മതി." മാനു പറഞ്ഞു.

ഫസ്റ്റ് റൗണ്ടെടുത്തത് അനിയനായിരുന്നു. എന്നേക്കാൾ നന്നായി ഓടിക്കുക അവനാണ്. മെക്കാനിക്കൽ മൈൻഡും കൂടും.

മാനു ഓർമ്മിപ്പിച്ചു: "അധികം ദൂരം പോകരുത്."

റൗണ്ടെടുത്ത് അനിയൻ വന്നപ്പോൾ ഞാനഭിപ്രായം ചോദിച്ചു.

"കിടിലൻ. പെഡലിലൊന്ന് കാല് തൊട്ടാമതി. സൈക്കിള് നീങ്ങുന്നത് നമ്മളറിയില്ല."

പിന്നെ ഞാനൊരു റൗണ്ടെടുത്തു. അനിയൻ പറഞ്ഞത് ശരിയായിരുന്നെന്ന് എനിക്കും ബോദ്ധ്യമായി. അപ്പോഴേക്കും മാനുവിന്റെ ഭാര്യ ഞങ്ങൾക്ക് ചായയും ഹലുവയും കൊണ്ടുവന്നു. എത്ര നല്ല വീട്ടുകാർ! ഞങ്ങളത് കഴിച്ചുകൊണ്ടിരുന്നപ്പോൾ മാനു കച്ചോടം പറഞ്ഞു:

"നൂറ്റമ്പതിന് കുറ്റിപ്പുറത്തൊരാള് ചോദിച്ച് പിന്നാലെ നടക്വാ, ങ്ങള് നമ്മക്ക് വേണ്ടപ്പെട്ട കുട്ട്യോളായതുകൊണ്ട് നീക്ക് പോക്ക് ചെയ്യാണ്."

അപ്പോൾ വേലായുധൻ ഒന്ന് ചുമച്ചു.

മാനു തുടർന്നു: "പിന്നെ വേലാണ്ടി പറഞ്ഞതും കാര്യാക്കീന്ന് കൂട്ടിക്കോളിൻ. ഫ്രഷ് സാധനാ. എന്റെ കയ്യിക്കിട്ട്യേപ്പിന്നെ വേറൊരാളെക്കൊണ്ട് തൊടീച്ചിട്ടില്ല. വെള്ളോലിപ്പിച്ച് നടന്നിട്ടും വേലാണ്ടിക്ക് പോലും ഞാൻ കൊടുത്തിട്ടില്ല."

"എന്തെങ്കിലും കൊറച്ചു താ മാമ്വാക്കാ." ഞാൻ വിലപേശി.

"നൂറെന്ന് പറഞ്ഞാ നൂറ്. ഒരുറുപ്പിക കൊറഞ്ഞാ കച്ചോടം നടക്കില്ല. ഫ്രന്റിലും ബാക്കിലും പുതുപുത്തൻ ട്യൂബാ. നാളെ വേറൊരു പാർട്ടി വരാന്ന് പറഞ്ഞിട്ടുണ്ട്."

"ശരി." ഞാൻ കച്ചവടമുറപ്പിച്ചു: "എഴുപത് രൂപയിപ്പോ തരും. ബാക്കി കൊറച്ചീസം കഴിഞ്ഞ്."

"മതി. മുഴുവൻ പൈസ തരുന്ന അന്ന് സൈക്കിൾ കൊണ്ടുപോവാം."

പണം ഞങ്ങൾ കൊടുത്തപ്പോൾ മാനു വീണ്ടും ഉദാരനായി!

"ഓരോ റൗണ്ടുകൂടി ചവിട്ടിക്കോളീ. പക്ഷേ, ദൂരം പോകരുത്."

മടങ്ങുമ്പോൾ ബാക്കി പണമുണ്ടാക്കാൻ കണ്ട ഉപായമെന്തെന്ന് ഞാൻ അനിയനോട് ചോദിച്ചു.

"ആൺകുറുന്തോട്ടി, ചെറൂള, തുവ്വക്കൊടിച്ചി... ഇതൊക്കെ മരുന്നാണ്. ഇവ പറിച്ച് കുറ്റിപ്പുറത്തെ അലിവൈദ്യരുടെ കടയിൽ കൊടുത്താ പറഞ്ഞ പൈസ കിട്ടും. തൂക്കം കൂടുതൽ കാണിക്കാൻ കെട്ടിനുള്ളിൽ മണിക്കല്ല് തിരുകിയാ മതി."

"ഈ ഐഡിയ എവിടന്ന് കിട്ടി?"

"അതൊക്കെ കിട്ടി."

"ഇത് നെനക്കെന്നോട് മുമ്പേ പറയായിരുന്നു."

"ഓർമ്മണ്ടായില്ല."

അന്നുമുതൽ തന്നെ അതിനുള്ള പ്രയത്നം ഞങ്ങളാരംഭിച്ചു. കാടും പൊന്തയും കൂടുതലുള്ള സ്ഥലമായതുകൊണ്ട് ഇവ്വക ചെടികൾക്ക് ക്ഷാമമില്ലായിരുന്നു. പക്ഷേ, തുവ്വ പറിച്ചെടുക്കലായിരുന്നു പ്രശ്നം. കൈകൾ മുഴുവൻ ചൊറിഞ്ഞ് തുടുത്തു. പക്ഷേ, ആ വേദന സൈക്കിൾ സ്വന്തമാക്കുക എന്ന സ്വപ്നത്തിന് മുന്നിൽ തോറ്റു തുന്നംപാടി. നേടുക എന്നത് മഹത്തായ ലക്ഷ്യമെങ്കിൽ മുന്നിലെ പ്രതിബന്ധങ്ങൾ തൂത്തെറിയാനുള്ള കരുത്തുമുണ്ടാകും.

നാലുദിവസത്തെ പണി കഴിഞ്ഞപ്പോൾ അനിയൻ ഒരേകദേശ കണക്ക് പറഞ്ഞു. മുപ്പതുരൂപയ്ക്കുള്ളതൊക്കെയായിട്ടുണ്ടാകും. ചെടികൾ ഉണങ്ങാൻ കുറച്ച് ദിവസം കൂടി കാത്തു. ശനിയാഴ്ച സ്കൂളവധിദിനം. അന്ന് വൈദ്യശാലയിലേക്ക് പോകാം. ഞങ്ങളുടെ ഗ്രാമത്തിൽനിന്ന് കുറ്റിപ്പുറത്തങ്ങാടിയിലേക്ക് റെയിലോരത്തുകൂടി നടക്കുമ്പോൾ നാലരകിലോമീറ്റർ ദൂരമേയുള്ളൂ. സൈക്കിളോടിക്കാനുള്ള പാതയുമുണ്ട്. അതുകൊണ്ട് മാനുവിന്റെ കൈയിൽനിന്ന് സൈക്കിൾ വാങ്ങി ചെടിക്കെട്ട് അതിൽവെച്ച് കൊണ്ടുപോകാം.

പക്ഷേ, ഞങ്ങളുടെ ആവശ്യം മാനു സ്നേഹപൂർവ്വം നിരസിച്ചു.

"റൊക്കം പണം തന്നു തീർക്കാതെ ലോങ്സൈറ്റ് ചവിട്ടാൻ ഞാൻ തരില്ല. കുട്ട്യോള് നടന്ന് പൊയ്ക്കോളീൻ."

ഞങ്ങൾക്ക് വിഷമം തോന്നിയില്ല. ഈയൊരു തവണത്തേക്ക് മാത്രം. ഇനി മുതൽ സൈക്കിളുണ്ടല്ലോ.

ചെടിക്കെട്ട് രണ്ടാക്കി ഭാഗിച്ച് തലയിലേറ്റി ഞങ്ങൾ അങ്ങാടിയിലേക്ക് നടന്നു.

അലിവൈദ്യർ ബുദ്ധിമാനായിരുന്നു. കെട്ടിനുള്ളിൽ ഞങ്ങൾ ഒളിപ്പിച്ചുവെച്ച വെള്ളാരങ്കല്ലുകളെല്ലാം അദ്ദേഹം കുടഞ്ഞ് പുറ

ത്തേക്കിട്ടു. ഞങ്ങൾ വഷളത്തരംകൊണ്ട് മുഖം താഴ്ത്തി.

"കുറുന്തോട്ടി പറിച്ചപ്പോ അറിയാതെപ്പെട്ടതാ." അനിയൻ ന്യായം പറഞ്ഞു.

"സാരാക്കണ്ട. ഇനി ശ്രദ്ധിച്ചാ മതി." അലിവൈദ്യർ ചിരിച്ചു.

സാധനങ്ങൾ തൂക്കി കണക്ക്കൂട്ടി വൈദ്യർ പറഞ്ഞു:

"മുപ്പത്തി രണ്ടുരൂപ."

ഞാനാ പണം വാങ്ങുമ്പോൾ വൈദ്യർ ഓർമ്മിപ്പിച്ചു:

"ഞാനാരേയും പറ്റിക്കാറില്ല. നിങ്ങളും അങ്ങനെ ചെയ്യരുത്."

ഖേദം അറിയാതെയാണെന്നിൽനിന്ന് പുറത്തുവന്നത്:

"ഇനിയാവർത്തിക്കില്ല."

അങ്ങാടിയിൽനിന്നും മാനുവിന്റെ വീട്ടിലേക്ക് ഞങ്ങൾ ഓടുകയായിരുന്നെന്നു പറയുകയാവും ശരി. കാലങ്ങളായുള്ള മോഹം നിറവേറുകയാണ്.

മുപ്പതുരൂപ വാങ്ങിയെണ്ണി തിട്ടപ്പെടുത്തി മാനു ചോദിച്ചു:

"ബാക്കി?"

"എഴുപതും മുപ്പതും നൂറ്." ഞാൻ കണക്ക് ബോധിപ്പിച്ചു.

"അതു മനസ്സിലായി. പക്ഷേ, ഞാൻ നൂറ്റിയിരുപതിനാണ് കച്ചോടമുറപ്പിച്ചത്."

"മാനാക്ക, നമ്മൾ പറഞ്ഞത് നൂറാണ്. വേലായുധനെ വിളിക്കാം അവൻ കേട്ടതാണ്."

"ഏത് വേലായുധൻ. അവനാരാ. ഞാനും നിങ്ങളുമായാണ് കച്ചോടം. ബാക്കി ഇരുപത് തന്നിട്ട് സൈക്കിള് കൊണ്ടോയ്ക്കോളിൻ."

"മാനാക്ക, സത്യമായും അന്ന് പറഞ്ഞത് നൂറുരൂപയാണ്. ഇനിയാകെ രണ്ടുരൂപയേ ഞങ്ങളുടെ കൈയിലുള്ളൂ, അത് തരാം."

"അത് പറ്റില്ലല്ലോ മക്കളെ. ബാക്കി പണമില്ലെങ്കിൽ നിങ്ങളൊരു കാര്യം ചെയ്ത് തന്നാ മതി. ഞാൻ നെയ്ത ഇരുപത് കസേര രണ്ടുപേരും കൂടി റെയിൽവേ സ്റ്റേഷനിലെത്തിച്ച് തരണം. ഓരോ നടയ്ക്ക് നാലെണ്ണം വെച്ച് അഞ്ചു നട. ഇരുപത് രൂപ ഞാനതിലേക്ക് വകവെച്ചോളാം."

അനിയൻ എന്നോട് പറഞ്ഞു:

"നമുക്കച്ഛനോട് പറയാം. അച്ഛൻ പറഞ്ഞാ ഇയാള് കേൾക്കും."

“വേണ്ട, നമ്മളച്ഛനോട് പറയാതെയല്ലേ ഇയാൾക്ക് പൈസ കൊടുത്തത് അച്ഛനറിഞ്ഞാ തല്ല് കിട്ടും.”

“പക്ഷേ, നമ്മൾ സൈക്കിള് വാങ്ങിയാൽ അച്ഛനറിയില്ലേ?”

“സൈക്കിൾ നമുക്ക് മേലേപ്പാട്ട് വല്ല്യമ്മയുടെ അടുത്ത് വെക്കാം. അല്ലെങ്കിൽ വേലായുധൻ വാങ്ങിയതാണെന്ന് പറയാം.”

മാനുവിന്റെ തീരുമാനം ഞങ്ങളംഗീകരിച്ചു. ഏതാണ്ട് ഒരു കിലോമീറ്റർ ദൂരമുണ്ട് മാനുവിന്റെ വീട്ടിൽനിന്ന് റെയിൽവേ സ്റ്റേഷനിലേക്ക്. അഞ്ചുനട കഴിഞ്ഞപ്പോൾ വൈകുന്നേരമായി. മാനുവിന്റെ ഭാര്യ ഞങ്ങൾക്ക് ചായയും ഹലുവയും തന്നു.

അന്ന് സൈക്കിളോടിച്ചു കളിക്കാൻ ഞങ്ങൾക്കധികം സമയം കിട്ടിയില്ല. ഇരുട്ടായി. രാത്രി സൈക്കിൾ മേലേപ്പാട്ട് വല്ല്യമ്മയുടെ അടുത്ത് വെച്ച് ഞങ്ങൾ വീട്ടിലേക്കുപോയി.

പിറ്റേന്ന് സൈക്കിളെടുക്കാൻ മേലേപ്പാട്ടെത്തിയ ഞങ്ങളന്തം വിട്ടു. കഷ്ടം. സൈക്കിളിന്റെ രണ്ടു ടയറും പഞ്ചറായിരിക്കുന്നു. സൈക്കിളുന്തി ഞങ്ങൾ മാനുവിന്റെ വീട്ടിലെത്തി.

“മാനുകാക്ക രണ്ടുടയറും പഞ്ചറായി.” ഞാൻ വിഷയമവതരിപ്പിച്ചു.

“ങ്ങള് കല്ലിലും മുള്ളിലും സൈക്കിളോടിച്ച് നാശാക്കിയതിന് ഞാനെന്തുപിഴച്ചു. ഇപ്പോയിത് നിങ്ങടെ മൊതലാണ്. എനിക്ക് യാതൊരു ഉത്തരവാദിത്വവുമില്ല.”

“ഇനിയെന്താ ചെയ്യാ?”

“കുറ്റിപ്പുറത്ത് പോയി പഞ്ചറൊട്ടിക്ക്, അല്ലാതെന്താ?”

ഞങ്ങളവിടെ നിന്ന് മടങ്ങുമ്പോൾ വേലായുധൻ ഞങ്ങൾക്കരികിലേക്ക് വന്നു:

“എന്തേ?”

“ടയർ രണ്ടും പോയി.”

“ആണി കേറിയതാവും. നമുക്ക് അങ്ങാടീപോയി പഞ്ചറടച്ചു വരാം.”

“ഒരുപാട് പൈസാവോ?”

“ഏയ്, ഒരു രൂപയിൽ താഴേ വരൂ.”

ഞങ്ങൾ മൂന്നുപേരും കൂടി കുറ്റിപ്പുറത്തേക്ക് നടന്നു. അവിടെയെത്തുന്നതുവരെ വേലായുധനാണ് സൈക്കിളുന്തിയത്. പാവം, ഒരു റൗണ്ട് ഓടിക്കാൻ വേണ്ടി അവൻ ചെയ്യുന്ന ഓരോ ത്യാഗം.

പഞ്ചറ്കടക്കാർ ടയർട്യൂബ് രണ്ടും ഊരിക്കാണിച്ചു പറഞ്ഞു:

"മക്കളെ ഈ രണ്ടു ട്യൂബും ഇനി ഉപയോഗിക്കാൻ പറ്റില്ല. ഇതിലിനി പഞ്ചറടക്കാൻ ഒരിഞ്ചുപോലും ബാക്കിയില്ല. ഏപ്പില്ലാത്ത ഏതെങ്കിലും ഭാഗമുണ്ടോന്ന് നോക്ക്."

"രണ്ടും പുത്തൻ ട്യൂബാണെന്നാണ് ഇത് വിറ്റയാൾ പറഞ്ഞത്."

"അയാൾ നിങ്ങളെ പറ്റിക്കുകയായിരുന്നു. ഇതിൽ ആണിയോ മുള്ളോ കൊണ്ടതല്ല. വിടവുകൾ കാരണം കാറ്റ് നിക്കണില്ല."

ഇനിയെന്ത് ചെയ്യും? ഞാനും അനിയനും തലപുകഞ്ഞു.

"പുതിയ ട്യൂബിന് ഒരുപാട് പൈസാവോ?" അനിയൻ ചോദിച്ചു.

"ട്യൂബ് വിലകൂടിയതും കുറഞ്ഞതുമുണ്ട്. അതല്ല പ്രശ്നം. ഇത് സാധാരണ സൈക്കിളല്ല. സർക്കസ്സുകാരുപയോഗിക്കുന്നതാണ്. സാധാ ട്യൂബ് ഇതിന് പാകമാകില്ല. ഈ തരം ട്യൂബ് കോയമ്പത്തൂരെ കിട്ടു. അവിടെ പോയി വാങ്ങണം. നിങ്ങൾ ട്യൂബ് വാങ്ങി പിന്നെ വരിൻ."

കോയമ്പത്തൂർ! അകലെയുള്ള മഹാനഗരം. ഈശ്വരാ ഇനിയെന്തുവഴി?

കടക്കാരൻ ഞങ്ങളെ വിട്ട് മറ്റു ജോലികളിലേക്ക് മുഴുകി. ഞാൻ വേലായുധന് നേരെ തിരിഞ്ഞു.

"നീ കാരണമാണിതെല്ലാം ഉണ്ടായത്. ഇനിയെന്താ ചെയ്യാ?"

"ഏതായാലും ഇതുവരെ വന്നതല്ലേ, ഞാൻ തുന്നൽക്കടയിൽ പോയി വേഗം വരാം." വേലായുധൻ മുങ്ങി.

ഞാനും അനിയനും ഭാരമായി കഴിഞ്ഞ ആ സൈക്കിളുമുന്തി തിരിച്ച് ഗ്രാമത്തിലേക്കു തന്നെ നടക്കാൻ തുടങ്ങി.

പായസം

അച്ഛൻ സ്വന്തമായി ഭൂമി വാങ്ങി കൊച്ചു വീട് വെച്ച് മാറുന്നത് കുട്ടിക്കാലത്തെ പ്രധാനപ്പെട്ട സംഭവമാണ്.

എളിയ തോതിലെങ്കിലും ഞങ്ങളുടെ വീടിന്റെ ഗൃഹപ്രവേശം മനസിൽ ജീവസ്സുറ്റുനിൽക്കുന്നു. അതിന്റെ പ്രധാനകാരണം അന്നാദ്യമായ് അമ്മ പാലടപ്പായസം വെച്ചു എന്നതാണ്. സാധാരണ പാലടപ്രഥമൻ ആഢ്യകുടുംബത്തിലെ ആഘോഷങ്ങളിൽ മാത്രമേ അന്ന് ഉണ്ടായിരുന്നുള്ളൂ.

എവിടെയെങ്കിലും വിവാഹം എന്ന് കേൾക്കുമ്പോൾ എന്റെ വായിൽ വെള്ളമൂറും. കാരണം വിവാഹം പാലടപ്പായസത്തിനെ ഓർമ്മിപ്പിക്കും.

ഞങ്ങൾ വീട് വെച്ച് മാറിയതിന്റെ ഏതാണ്ട് അടുത്തദിനത്തിൽ തന്നെ ഒരു പ്രധാനപ്പെട്ട വിവാഹത്തിന് ക്ഷണം കിട്ടി. വലിയ കൂട്ടരായതുകൊണ്ട് പ്രഥമൻ ഉറപ്പ്. ഞാനും അനിയനും കാത്തുകാത്തിരുന്നു. ഞായറാഴ്ചയാണ്. സ്ക്കൂൾ അവധിയായതുകൊണ്ട് മറ്റ് തടസ്സങ്ങളൊന്നുമില്ല.

ആ ദിനം വന്നു. പായസം കുടിച്ചുതിമിർക്കേണ്ടതുകൊണ്ട് അന്ന് പ്രഭാതഭക്ഷണം അധികം കഴിച്ചില്ല. അമ്മയോടും ചേച്ചിയോടുമൊപ്പം ഞങ്ങളിറങ്ങി. അച്ഛനുണ്ടായിരുന്നില്ല.

വലിയ ഘോഷമായ വിവാഹമായിരുന്നു. സദ്യക്കായ് പ്രത്യേക മണ്ഡപമുണ്ട്. ഞങ്ങൾ പെൺവീട്ടുകാരായതുകൊണ്ട്

ഭക്ഷണകാര്യത്തിൽ രണ്ടാംസ്ഥാനമായിരുന്നു. അതിൽ തന്നെ കുട്ടികളുടെ ഗ്രേഡ് പിന്നെയും താഴും. വധുവിന്റെ ഇളയച്ഛന്മാരായിരുന്നു സദ്യ നിയന്ത്രിച്ചിരുന്നത്. ഒരാൾ മണ്ഡപത്തിന് പുറത്ത് ഉണ്ണാനുള്ള ആളുകളെ നിയന്ത്രിച്ച് കടത്തിവിടുമ്പോൾ 'കളത്തിൽ കുട്ടൻ' എന്നയാൾ വിളമ്പൽ നിയന്ത്രിക്കുന്നു.

കൊതിമൂലം ക്ഷമ നശിച്ച് അവസാനത്തിന്റെ തൊട്ടുമുൻപന്തിയിൽ ഒരറ്റത്തായി എനിക്കിരിപ്പിടം കിട്ടി. അമ്മയും അനിയനും മറ്റൊരിടത്താണിരുന്നത്. ഊണ് വേഗം കഴിച്ച് പായസത്തിനായി ഞാൻ കാത്തിരുന്നു.

കൈവിറയ്ക്കുന്ന ഒരാളായിരുന്നു പായസം വിളമ്പിയിരുന്നത്. അയാൾ ഗ്ലാസിൽ പായസം നിറയ്ക്കുമ്പോൾ തൂവിപോകുന്ന ശിഷ്ടം കാണുമ്പോൾ എനിക്ക് ദേഷ്യം തോന്നി. അയാൾ എന്റെ നിരയിൽ ഒരറ്റത്ത് നിന്ന് പായസം വിളമ്പി എന്റെ തൊട്ടടുത്തുള്ള വൃദ്ധനരുകിലെത്തി. പ്രമേഹസംബന്ധമായ അസുഖം കൊണ്ടോ എന്തോ വൃദ്ധൻ പായസം വിലക്കി. തൊട്ടപ്പുറത്തിരിക്കുന്ന തപസ്സുചെയ്യുന്ന കുട്ടിയായ എന്നെ വിളമ്പലുകാരൻ കണ്ടില്ലയോ! അയാൾ എനിക്ക് വിളമ്പാതെ മറ്റൊരിടത്തേക്ക് നടന്നകന്നു. ഉറക്കെ വിളിച്ചു ചോദിച്ചു വാങ്ങാനുള്ള ധൈര്യമില്ല. ഇന്നും...!

രണ്ടാംവിളമ്പിന് പായസക്കാരൻ വരുന്നതായി പിന്നത്തെ പ്രതീക്ഷ. എന്റെ അരുകിലുള്ള പലരും എഴുന്നേറ്റുതുടങ്ങിയിരുന്നു. അപ്പോൾ പായസക്കാരൻ വീണ്ടും എന്റെ നിരയിലേക്കു വരുന്നതു കണ്ടു. ഇക്കുറി അയാളെനിക്ക് നിശ്ചയമായും പായസം തരും. പെട്ടെന്ന് 'കളത്തിൽ കുട്ടൻ' അയാളോടെന്തോ അടക്കം പറഞ്ഞ് മറ്റെന്തോ ജോലി ഏല്പിച്ച് പായസപ്പാത്രം വാങ്ങി എന്റെ പന്തിയിലേക്ക് വന്നു. ഉമിനീരിറക്കിക്കഴിയുന്ന എന്നെ വ്യക്തമായി കാണാനായി ഞാനൊന്നുകൂടി നിവർന്നിരുന്നു. ഒരു ചടങ്ങിനെന്നോണം – ഇവിടെയാർക്കും പായസം വേണ്ടല്ലോ... വേണ്ടല്ലോ... എന്നാവർത്തിച്ച് ചോദിച്ച് പായസം വിളമ്പാതെ അയാൾ കലവറയിലേക്കുതന്നെ തിരിച്ചുപോയി.

എന്റെ വായിൽ നിറഞ്ഞ ഉമിനീരിലേക്ക് കണ്ണുനീരുംകൂടി കലർന്നു.

എല്ലാവരുമെണീറ്റിട്ടും പന്തിയിൽനിന്ന് പോരാൻ കൂട്ടാക്കാത്ത എന്റെയടുത്തേക്ക് അമ്മ വരുന്നത് കണ്ടു. അമ്മയെ കണ്ടപ്പോൾ എന്റെ വിതുമ്പലിന്റെ ശക്തി കൂടി:

"അമ്മേ... യ്ക്ക്..."

അമ്മ ആശ്വസിപ്പിച്ചു:

"സാരമില്ല കണ്ണാ, കലവറയിൽ പായസം കഴിഞ്ഞതുകൊണ്ടാണ്. അച്ഛനോട് പറഞ്ഞ് ന്റെ കുട്ടിക്ക് അമ്മ വീട്ടിൽ പായസണ്ടാക്കിതരാം. കരയരുത്. അമ്മയെ സങ്കടപ്പെടുത്തരുത്!!

ഞാൻ കരച്ചിൽ നിർത്തി. എനിക്ക് അമ്മയെ വിശ്വാസമായിരുന്നു. അല്ലെങ്കിൽ ഈ പായസത്തേക്കാൾ മധുരം അമ്മയുടെ വാത്സല്യത്തിനായിരുന്നു.

പാലമരം

ഞങ്ങളുടെ വീടിനുതാഴെയുള്ള പാടത്തുനിന്നു നോക്കുമ്പോൾ ആ തെങ്ങിൻതോട്ടം വളരെ വിദൂരമായാണ് അന്നെനിക്ക് തോന്നിയിരുന്നത്. അവിടെയുള്ള മൈതാനത്ത് കുട്ടികൾ കളിക്കുന്നത് നിഴൽപോലെ അവ്യക്തമായി കണ്ടിരുന്നു. കാലികളെ മേയ്ക്കാൻ വരുന്ന കുട്ടികൾ ഉല്ലസിക്കുന്ന കാഴ്ചയായിരുന്നു അത്. അമ്മ കുഞ്ഞാടിനെ വാങ്ങിയപ്പോൾ എനിക്കും അങ്ങോട്ടുപോകാനും അവരോടൊപ്പം കളിക്കാനും അവസരങ്ങളുണ്ടായി.

അങ്ങനെ എനിക്കും ചില കൂട്ടുകാരുണ്ടായി. തെങ്ങിൻതോപ്പ് മറ്റൊരു ലോകമായിരുന്നു എനിക്ക്. അവിടെ എപ്പോഴും കുളിർമ്മയുണ്ടായിരുന്നു. തെങ്ങുകളിലെ ഓലകളിൽ തൂങ്ങിക്കിടക്കുന്ന കൂരിയാറ്റക്കിളികളുടെ (തെങ്ങോലപ്പക്ഷി) കൂടുകളുണ്ടായിരുന്നു. പക്ഷിയുടെ ഉപേക്ഷിക്കപ്പെടുന്ന കൂടുകൾ കാണുമ്പോൾ അത്ഭുതം തോന്നും. എത്ര കരവിരുതോടെയാണ് ഓലനാരുകൾകൊണ്ട് ആ പക്ഷി കൂടൊരുക്കിയിരിക്കുന്നത്. അതിന് എത്ര സമയം വേണ്ടിവരും. ആ പക്ഷി അതിവിദഗ്ദ്ധനായൊരു ശില്പിയായിരിക്കാം. പക്ഷേ, അതിന് ദീർഘവീക്ഷണം നന്നേ കുറവായിരുന്നു. തെങ്ങോലകളുടെ ക്ഷണികതയെ കുറിച്ചത് ഓർത്തില്ലല്ലോ. ഓരോ തെങ്ങോലകൾ പൊഴിയുമ്പോഴും അത് പുതിയ കൂടൊരുക്കാൻ അവിശ്രമം യത്നിച്ചു.

തെങ്ങിൻതോപ്പിലെ അതിരിൽ കാലത്തെ വെല്ലുന്ന പ്രായം

നഷ്ടപ്പെടാത്ത ഒരു പാലമരം ഉണ്ടായിരുന്നു. ഇന്നും അതുണ്ട്. അമ്മയും അമ്മമ്മയും പറയുന്നു, അവരുടെ കുട്ടിക്കാലത്തും അതങ്ങനെയുണ്ടത്രെ! അതിന്റെ ശിഖരങ്ങളിലങ്ങോളമിങ്ങോളം കന്നുകാലികളുടെ പേറ്റിൻചവറുകൾ തൂക്കിയിട്ട പ്ലാസ്റ്റിക്ക് കവറുകൾ. ആ വൃക്ഷം പൂക്കാറുണ്ടോ? പുഷ്പങ്ങൾക്ക് ഗന്ധമുണ്ടായിരുന്നോ!

ആ മരത്തിൽ ദുർദേവതകൾ വസിക്കുന്നുണ്ടത്രെ! അതിന് ചുവട്ടിൽ പോയാൽ തലചുറ്റും എന്നെല്ലാവരും പറഞ്ഞിരുന്നു. ഞങ്ങൾ കളിക്കുന്നതിനിടയിൽ പന്തോ ഗോട്ടിയോ അവിടേക്ക് തെറിച്ചു പോയാൽ അതുപേക്ഷിക്കാറാണ് പതിവ്.

കുട്ടികളുടെ ലോകത്തെ നിഗൂഢതകൾ പേറുന്ന ഒരു കടങ്കഥപോലെ ആ പാലമരം നിലകൊള്ളുന്നു; എന്നെന്നും.

സ്നേഹം

ഒരു ദിവസം രാത്രി അച്ഛൻ, ഞങ്ങൾ ആടിനെ മേയ്ച്ചിരുന്ന തെങ്ങിൻതോപ്പുകടന്ന് കുറേദൂരം പാടങ്ങളിലൂടെയും ഇടവഴികളിലൂടെയുമൊക്കെ യാത്രചെയ്ത് ഒരിടത്തേക്ക് ഞങ്ങളെ കൊണ്ടുപോയി.

വലിയൊരു കളരിയായിരുന്നു അത്. ധാരാളം അഭ്യാസികളുണ്ടായിരുന്നു. കളരിയുടെ നടുക്ക് സ്തൂപംപോലെയുള്ള വലിയ കൽവിളക്കിൽ എണ്ണയിൽ കുതിർന്ന തിരികൾ പന്തം കത്തുന്നു. വളരെ ചെറുപ്പക്കാരനായ ഒരാളായിരുന്നു അവിടത്തെ ഗുരുക്കൾ. അദ്ദേഹം ഞങ്ങൾക്ക് വളരെ സ്നേഹമയമായും, ലളിതമായും ചില വിദ്യകൾ കാണിച്ചുതന്നു. ഒരു രാത്രിക്ക് മാത്രമായുള്ള ശിഷ്യപ്പെടലായിരുന്നു അത്.

നേരം വളരെ വൈകിയിരുന്നു. അഭ്യസനത്തിന് ശേഷം അച്ഛനും കൂട്ടാളികളും ഗുരുക്കളുടെ വീട്ടിലിരുന്ന് ചർച്ചയാരംഭിച്ചു. മുതിർന്നവർക്കുമാത്രം മനസ്സിലാകുന്നയെന്തൊക്കെയോയായിരുന്നു പങ്ക് വെച്ചിരുന്നത്. പരസ്പരം സഖാവ് എന്നായിരുന്നു അവർ വിളിച്ചിരുന്നത്. എന്നേയും അനിയനേയും 'കുട്ട്യമ്പി' എന്ന് പേരുള്ള ഗുരുക്കളുടെ പിതാവ് ഒരു കുടുസ്സുമുറിയിലിരുത്തി ചോറും കറികളും തന്നു. ആമയിറച്ചിയായിരുന്നു സ്പെഷ്യൽ. അദ്ദേഹം നിർബ്ബന്ധിച്ച് ഞങ്ങളെ ഊട്ടി. കഥകൾ പറഞ്ഞു തന്നു. ഭക്ഷണരീതികളും വീടിന്റെ അകത്തളങ്ങളു

മൊക്കെ കണ്ടപ്പോൾ അവർ വളരെ പാവപ്പെട്ടവരാണെന്ന് എനിക്ക് തോന്നി. പക്ഷേ, ഉമ്മറത്തേയും ഇടനാഴികയിലേയും ചുമരുകളിലെല്ലാം മഹാന്മാരായ ആരുടെയൊക്കെയോ ഫോട്ടോകളുണ്ടായിരുന്നു. അതിലെ ഒരാളെ എനിക്ക് മനസ്സിലായി. ഒരു കഷണ്ടിക്കാരൻ-ലെനിൻ. ഏഴാംക്ലാസിലെ സാമൂഹ്യപാഠത്തിൽ പഠിച്ചിട്ടുണ്ട്. മടങ്ങുമ്പോൾ കനപ്പെട്ട ഒരു സംഖ്യ അച്ഛൻ ഞങ്ങളെക്കൊണ്ട് ദക്ഷിണ കൊടുപ്പിച്ചു. ഗുരു നന്നായി വരും എന്ന് ശിരസ്സിൽ തൊട്ട് അനുഗ്രഹിച്ചു.

പാതിരാത്രി കഴിഞ്ഞ് അവിടെ നിന്ന് മടങ്ങുമ്പോൾ അകാരണമായൊരു വ്യസനം എന്നെ പിടികൂടി. രണ്ടാമതൊരിക്കൽ കൂടി അങ്ങോട്ട് പോകാൻ സാദ്ധ്യതയില്ലാ എന്ന് അച്ഛൻ ഞങ്ങളോട് പറഞ്ഞിരുന്നു.

പിറ്റേന്ന് പുലർന്നെണീറ്റപ്പോൾ മുതൽ എന്റെ മനസ്സിൽ ആ വീടും കളരിയും ഗുരുവും കുട്ട്യമ്പിയും പൂർവ്വാധികം കാന്തിയോടെ തെളിഞ്ഞുനിന്നു.

എനിക്കൊരിക്കൽക്കൂടി അങ്ങോട്ട് പോകണം. അതുമാത്രമായി ചിന്ത. തീക്ഷ്ണമായൊരു ആകർഷണം.

വീണ്ടും പോകണം എന്ന് അച്ഛനോട് പറയാൻ ധൈര്യമില്ല. അനിയനോട് സൂചിപ്പിച്ചപ്പോൾ അവനതിന് താല്പര്യമില്ല.

ഒരു ഞായറാഴ്ച അടങ്ങാത്ത ആഗ്രഹത്തോടെ ഞാനൊറ്റയ്ക്ക് തെങ്ങിൻ തോപ്പിൽനിന്നും അവിടേക്ക് യാത്രയാരംഭിച്ചു. രാത്രിയിലായിരുന്നു ആദ്യയാത്ര എന്നതുകൊണ്ട് ആ സ്ഥലവും വഴിയും എനിക്ക് അപരിചിതമായിരുന്നു. എങ്കിലും ഒരു തരത്തിൽ ദുരൂഹമായിരുന്ന ആ അന്വേഷണം എന്നിൽ വിവരിക്കാനാവാത്ത ഒരാനന്ദമുളവാക്കി.

സ്ഥലം മാറി പല വീട്ടിലും ഞാൻ ചെന്നന്വേഷിച്ചു. അപരിചിതമാണെങ്കിലും അവിടെയെല്ലാം മുമ്പെങ്ങോ കണ്ടു മറന്ന എന്തോ മറന്നുവെച്ച, പൂർത്തീകരിക്കാതെപോയിരുന്ന എന്തൊക്കെയോ വികാരങ്ങൾ എന്നിലുണ്ടാക്കി. പലർക്കും കൊച്ചുകുട്ടിയായ എന്റെ നിഗൂഢപ്രവർത്തി അത്ഭുതകരമായി തോന്നി.

അവസാനം ആരോ ഒരാൾ എന്നെ അവിടെ എത്തിച്ചു. ഗുരു അവിടെയുണ്ടായിരുന്നില്ല. കുട്ട്യമ്പിയും വീട്ടുകാരും എന്നെ സസന്തോഷം സ്വീകരിച്ചു. കുറച്ച് ദിവസം മുമ്പ് ചുവടുവെച്ച കള

രിയെ നിർവൃതിയോടെ ഞാൻ നോക്കിക്കണ്ടു. പക്ഷേ, രാത്രിയിലെ പ്രൗഢിയും, എടുപ്പുമൊന്നും ആ കളരിക്കോ കൽവിളക്കിനോ അപ്പോഴുള്ളതായി തോന്നിയില്ല.

കുട്ട്യമ്പി എനിക്ക് കട്ടൻചായ ഉണ്ടാക്കിത്തന്നു. പൊരിയും അരിമുറുക്കും തന്നു. മടങ്ങുമ്പോൾ തെങ്ങിൻതോപ്പുവരെ അദ്ദേഹം എന്നെ അനുഗമിച്ചു.

അവിടെ നിന്ന് യാത്ര പറഞ്ഞ് പിരിയുമ്പോൾ കുട്ട്യമ്പി അസംഖ്യം മടക്കുകളുള്ള മുറുക്കാൻ പൊതിയിൽനിന്നും ഏതാനും നാണയതുട്ടുകളെടുത്ത് എനിക്ക് തന്നു.

എന്നെ ആശീർവ്വദിച്ചു.

മടങ്ങുമ്പോൾ എന്റെ കണ്ണുകൾ നനഞ്ഞിരുന്നു. പുലയനായ ആ വൃദ്ധൻ എന്റെയാരുമല്ല, എങ്കിലും.

തൊണ്ണിയമ്മ

തൊണ്ണിയമ്മ 'റ' പോലെ അകം വളഞ്ഞ വൃദ്ധയായിരുന്നു. മുൻവശത്ത് പല്ലുകളൊന്നും തന്നെ അവശേഷിച്ചിരുന്നില്ല. അതുകൊണ്ടാണ് എല്ലാവരും അവരെ തൊണ്ണിയമ്മ എന്ന് വിളിച്ചിരുന്നത്. അവർക്ക് കുറഞ്ഞപക്ഷം എഴുപത് വയസ്സെങ്കിലും അപ്പോഴുണ്ടായിരിക്കും. മക്കളോ, സന്ധുബന്ധുക്കളോ ഉണ്ടായിരുന്നില്ല. തീർത്തും ഏക. ഓലമേഞ്ഞ സാമാന്യം വലിയ വീട്ടിൽ അവർ തനിച്ച്.

അവർ ബ്ലൗസ് ധരിച്ചിരുന്നില്ല. വെറും ഒറ്റമുണ്ട് മാത്രം വേഷം. ശുഷ്കിച്ച് ചുരുണ്ട് പിൻവലിഞ്ഞ മുലകൾ. ജടപിടിച്ച തലമുടി. അതിൽ സമൃദ്ധമായി പേനും. കുളിക്കുകയോ, മറ്റെന്തെങ്കിലും തരത്തിൽ ദേഹശുദ്ധി വരുത്തുകയോ ചെയ്തിരുന്നില്ല. ശരീരം മുഴുവൻ കറുത്തനിറത്തിൽ അഴുക്ക് പറ്റിപിടിച്ചിരിക്കുന്നത് കാണാം. അത് ദേഹത്ത് നിന്ന് ചുരുട്ടി ഉണ്ടയാക്കി തെറിപ്പിച്ച് കളയുക അവരുടെ പ്രിയവിനോദമാണ്.

തൊണ്ണിയമ്മയുടെ പറമ്പിൽ ധാരാളം പുല്ലും ചെടികളുമുണ്ടായിരുന്നു. അതുകൊണ്ട് ഇടയ്ക്കൊക്കെ ആടിനെ മേയ്ക്കാൻ ഞങ്ങൾ അവരുടെ പറമ്പിലേക്ക് പോകും. എന്റെ അമ്മമ്മയുടെ ഏതാണ്ട് സമപ്രായക്കാരിയാണവർ. അതുകൊണ്ട് എന്നോട് അമ്മമ്മയുടെ വിശേഷങ്ങൾ ചോദിക്കും. ചിലപ്പോൾ ദൂരെയുള്ള

വൈദ്യരുടെ കടയിൽ ചെന്ന് കഷായമോ, കുഴമ്പോ വാങ്ങിച്ചെല്ലാൻ പറയും.

അവർക്ക് വലിയൊരു ചെല്ലം നിറയെ നാണയശേഖരങ്ങളുണ്ട്. അതിൽ നിന്നെടുത്താണ് സാധനങ്ങൾ വാങ്ങാൻ പണം തരിക. അവിടെ നിന്ന് പണം മോഷ്ടിക്കാൻ വളരെയെളുപ്പമായിരുന്നു. സാഹചര്യം പലപ്പോഴും എന്നെ അതിന് പ്രേരിപ്പിച്ചിട്ടുണ്ട്. അപ്പോൾ ഞാനമ്മയ്ക്ക് നല്കിയ പ്രതിജ്ഞയെപ്പറ്റി ഓർത്തു. പിന്നെ അനാഥയായ തൊണ്ണിയമ്മയോടുള്ള അനുതാപപൂർണ്ണമായ ഹൃദയരാഗവും എന്നെ അതിൽനിന്നു വിലക്കി.

എന്റെ അനിയനടക്കം ആടിനെ മേയ്ക്കാൻ വരുന്ന മറ്റു കുട്ടികൾ കളിയിലേർപ്പെടുമ്പോൾ ഞാൻ തൊണ്ണിയമ്മയുടെ സഹായിയായി നില്ക്കും. കിണറ്റിൽനിന്ന് വെള്ളം കോരിക്കൊടുക്കുക, അങ്ങാടിയിൽനിന്ന് മൽസ്യം വാങ്ങിക്കുക തുടങ്ങിയ കാര്യങ്ങളൊക്കെ ഞാനാണ് ചെയ്യുക.

എനിക്ക് സമാന്തരമായി ഒരു കറുത്ത കണ്ടൻപൂച്ചയും സദാ അവിടെ കൂനിക്കൂടിയിരിക്കുന്നത് കാണാം. ആരോടും ഇണക്കമില്ലാത്ത തീക്ഷ്ണമുഖഭാവമുള്ള ആ പൂച്ച ദൈവം വേഷം മാറ്റി വിട്ട തൊണ്ണിയമ്മയുടെ സംരക്ഷിതാവായിരിക്കുമെന്ന് ഞാൻ സങ്കല്പിച്ചു.

ചെളുക്ക കളയാതെയാണ് തൊണ്ണിയമ്മ മീൻ വെക്കുക. അറപ്പുകാരണം അവർ സ്നേഹത്തോടെ, നിഷ്കളങ്കതയോടെ എനിക്ക് കഴിക്കാൻ തരുന്നതെന്തും നിരസിക്കുമ്പോൾ വിഷമം തോന്നും. മനസ്സ് ഒന്നുകൂടി ആർദ്രമാകും.

ഇടിയും മഴയുമുള്ള കൊടുങ്കാറ്റടിക്കുന്ന രാത്രികളിൽ അരക്ഷിതയായ, അനാഥയായ തൊണ്ണിയമ്മയെ ഞാനോർക്കും. മൺചുമരുള്ള എപ്പോൾ വേണമെങ്കിലും നിലംപൊത്താവുന്ന ആ വീട്ടിൽ അവർ തനിച്ച്. നിലവിളിച്ചാൽപോലും ഒന്നോടിവരാൻ ആരുമില്ല.

എന്നും രാത്രി കിടക്കുമ്പോൾ കൈയെത്താവുന്നത്ര അരുകിൽ കരുതിയിരിക്കുന്ന മൺകുടത്തിലെ അവരുടെ പ്രാണജലം ഞാൻ കണ്ടിട്ടുണ്ട്. കിടക്കയ്ക്ക് താഴെ ഒരോട്ടുകിണ്ണവും വെക്കാറുണ്ട്. അത് മൂത്രമൊഴിക്കാനുള്ളതാണ്. ഞാൻ ഭയപ്പെട്ടതുപോലെ ഒരിക്കൽ ഘോരമായ ഇടിയും മഴയുമുള്ള ഒരു രാത്രി

തന്നെ അവർ മരിച്ചു. കരുതിവെച്ചിരുന്ന കുടത്തിലെ വെള്ളം കുടിക്കാൻ അവർക്ക് യോഗമുണ്ടായില്ല. മരണവെപ്രാളത്തിൽ കൈയോ, കാലോ തട്ടി മൺകുടമുടഞ്ഞുപോയിരുന്നു.

കണ്ണുകൾ തുറിച്ച്, വായടയ്ക്കാതെയാണത്രെ വിറങ്ങലിച്ചു കിടന്നിരുന്നത് എന്റെ മുത്തശ്ശി! ഗതി കിട്ടാത്ത പ്രേതത്തിന്റെ ഉത്തമലക്ഷണം. മരണത്തിന്റെ നാളും പൊരുളും നോക്കാനറിയുന്ന അമ്മമ്മ പറഞ്ഞു–"തൊണ്ണിയമ്മയ്ക്കിനി ജന്മമില്ല. ബലിയും, ശ്രാദ്ധവുമൂട്ടാൻ ആളില്ലാത്തതുകൊണ്ട് അവരുടെ ആത്മാവിന് മോക്ഷവും കിട്ടുകയില്ല."

ജീവിതസങ്കീർണ്ണതകളെക്കുറിച്ച് ചിന്തിക്കാൻ മാത്രം എനിക്കപ്പോൾ ഉൾപ്രാപ്തിയുണ്ടായിരുന്നില്ല. ഞാനോർത്തത് മറ്റൊന്നായിരുന്നു– 'അന്ന്... വെള്ളം കിട്ടാതെ എന്റെ മുത്തശ്ശി നരകിച്ച് മരിച്ച നശിച്ച രാത്രിയിൽ ആ കരിമ്പൂച്ച എവിടെയായിരുന്നു!'

കുട്ടേട്ടൻ

കുട്ടേട്ടൻ എന്റെ ചേച്ചിയുടെ (വല്ല്യമ്മയുടെ മകളുടെ) ഭർത്താവാണ്. അദ്ദേഹം എന്റെ സങ്കല്പത്തിലെ ജ്യേഷ്ഠനായിരുന്നു.

മംഗലാപുരത്തായിരുന്നു അദ്ദേഹത്തിന് ജോലി. ഗൾഫുകാരെപ്പോലെ രണ്ടോ മൂന്നോ വർഷങ്ങൾ കൂടുമ്പോഴായിരുന്നു അക്കാലത്ത് അദ്ദേഹം നാട്ടിൽ വന്നിരുന്നത്. അദ്ദേഹം വന്നാൽ തറവാട്ടിൽ ഉത്സവം പോലെയാണ്. എനിക്കും ഏതാണ്ടങ്ങനെ തന്നെ. അച്ഛനോട് വളരെ ബഹുമാനമായിരുന്നു കുട്ടേട്ടന്. അവർ തമ്മിൽ സുഹൃത്തുക്കളെപ്പോലെയായിരുന്നു.

ഓരോ തവണ നാട്ടിൽ വരുമ്പോഴും അദ്ദേഹമെന്നോട് പറയും-നീ നീളംവച്ചുപോയി... നീളം വച്ചുപോയി. നാട്ടിൽ വന്നാൽ അദ്ദേഹത്തിന്റെ സ്ഥിരം കൂട്ടുകാരൻ ഞാനായിരുന്നു. പുഴയിലേക്കും മറ്റും ഞങ്ങളൊരുമിച്ചാണ് പോകുക. പാടത്തു നിന്ന് ചേറ്റുമീൻ പിടിക്കാൻ കുട്ടേട്ടന് വല്ലാത്ത വൈദഗ്ദ്ധ്യമായിരുന്നു. വേറെയും പ്രത്യേകതകളുണ്ടായിരുന്നു.

ഒരവധിക്ക് നാട്ടിൽ വന്ന് പോകുമ്പോൾ കുട്ടേട്ടനെന്നോടു പറഞ്ഞു. "അടുത്ത തവണ വരുമ്പോൾ ഞാൻ നിനക്കൊരു സമ്മാനം കൊണ്ടുവരും."

അദ്ദേഹത്തിന്റെ വാഗ്ദാനം ഇളംമനസ്സിന്റെ ചെപ്പിൽ ഞാൻ

ഗൂഢമായി സൂക്ഷിച്ചു. ഗ്രീഷ്മവും ഹേമന്തവും പലവട്ടം കടന്നുപോയി. ഒരുച്ചയ്ക്ക് ഞാൻ സ്കൂൾ കഴിഞ്ഞ് മടങ്ങി വന്നപ്പോൾ അമ്മ പറഞ്ഞു:

"കുട്ടേട്ടൻ വന്നിരിക്കുന്നു."

ഭക്ഷണം കഴിക്കുന്നത് പൂർത്തീകരിക്കാതെ ഞാൻ വേഗം തറവാട്ടിലേക്കോടിപ്പോയി. ഉമ്മറത്തുനിന്ന് ആരവത്തോടെ കുട്ടേ

ട്ടന്റെ മുറിയിലേക്ക് ഇ രച്ചു കടക്കാൻ ഭാ വിച്ച എന്നെ അമ്മ മ്മ തടഞ്ഞു.

"എങ്ങോട്ടാ?"

"കുട്ടേട്ടനെ കാണണം."

"ഇപ്പോ വേണ്ട കുട്ടേട്ടൻ... ഒറങ്ങാണ്. എണീക്കുമ്പോൾ പറയാം."

അമ്മമ്മയുടെ മുഖം അപ്പോൾ അസാധാരണമായി പരുഷമായിരുന്നു. അമ്മമ്മ കുട്ടേട്ടൻ കൊണ്ടുവന്ന ലഡുവും പലഹാരങ്ങളും തന്നു. പുതിയ കളിപ്പാട്ടങ്ങളുമായി മുറ്റത്ത് കളിച്ചുകൊണ്ടിരിക്കുന്ന ചേച്ചിയുടെ മക്കളുടെ കൂട്ടത്തിൽ കൂടാൻ ഞാനും ശ്രമിച്ചു. ഒരു അന്യതാബോധം അവരിലും നിഴലിച്ചിരുന്നു. കളിപ്പാട്ടങ്ങൾ തൊടാൻ എന്നെ അനുവദിച്ചില്ല.

"ഇത് ഞങ്ങടെ അച്ഛൻ കൊണ്ടുവന്നതാ..."

അദ്ദേഹം എനിക്ക് കൊണ്ടുവന്നിരിക്കുന്ന സമ്മാനം എന്തായിരിക്കും. അതുമാത്രമായിരുന്നു എന്റെ ചിന്ത.

കുറേക്കഴിഞ്ഞപ്പോൾ ചേച്ചി മുറിയിൽനിന്ന് പുറത്തേക്ക് വരുന്നതു കണ്ടു. ഞാനോടി അകത്തേക്കു ചെന്നു. അവിടെ പെർഫ്യൂമിന്റെയും സിഗരറ്റിന്റെയും ഗന്ധം. മയങ്ങുകയായിരുന്ന കുട്ടേട്ടൻ എന്റെ സാന്നിദ്ധ്യമറിഞ്ഞ് നിവർന്നിരുന്നു. അസുഖകരമായിരുന്നു അദ്ദേഹത്തിന്റെയും അപ്പോഴത്തെ മുഖഭാവം. മുമ്പത്തെ കുട്ടേട്ടനിൽ നിന്നൊരുപാട് മാറ്റം വന്നിരുന്നു. അദ്ദേഹം തടിച്ച് കുറുകിയിരുന്നു. കഷണ്ടി ബാധിച്ചിരുന്നു.

പെട്ടെന്ന് കണ്ടപ്പോൾ എന്നെ മനസ്സിലായില്ലായെന്ന് അദ്ദേഹം പറഞ്ഞു.

ഞാനും മാറിപ്പോയത്രേ! കൊണ്ടുവന്ന സമ്മാനത്തെക്കുറിച്ചദ്ദേഹം ഒരക്ഷരം പറഞ്ഞില്ല. ഞാൻ വീണ്ടും കുറേ നാളുകൾ കാത്തു.

പഴയ വാഗ്ദാനം അദ്ദേഹം മറന്നുപോയിരുന്നു.

ചുവന്ന സന്ധ്യകൾ

വെക്കേഷന് സ്കൂൾ പൂട്ടുമ്പോൾ കുറച്ച് ദിവസം ഞങ്ങൾ കുടുംബസമേതം അച്ഛൻ വീട്ടിൽ പോയിനില്ക്കും. അവിടെ അച്ഛമ്മയും, ഭർത്താവുപേക്ഷിക്കപ്പെട്ട അച്ഛൻപെങ്ങളുമാണുള്ളത്.

അച്ഛൻവീട്ടിൽ ഞങ്ങൾ, അല്ലാ ഞാൻ അരക്ഷിതനും അസ്വസ്ഥജനകനുമായിട്ടാണ് സാധാരണയായി എനിക്ക് അനുഭവപ്പെടാറ്. അവിടത്തെ പ്രഭാതങ്ങൾ എനിക്ക് അചൈതന്യവും അശുഭകരവുമായിരുന്നു. തെങ്ങും കവുങ്ങും കുരുമുളകുവള്ളികളും നിറഞ്ഞ ആ തോട്ടത്തിൽനിന്ന് ഞാനൊരിക്കലും സൂര്യനെ കണ്ടില്ല. പ്രദോഷം സദാ ദുഃഖമയവും ആപല്ക്കരവുമായിത്തോന്നി. സന്ധ്യക്ക് പിന്നോട്ട് നീളംവെച്ച മരങ്ങളുടെ നിഴലും വിടവുകളിലൂടെ കാണുന്ന ആകാശത്തെ അസാന്ദ്രചുവപ്പുരാശിയും പിന്നെ വിദൂരമായ അമ്പലത്തിൽ നിന്നുയരുന്ന ഭക്തിശോകപ്പാട്ടും എന്നെ വിഷാദത്തിന്റെ തടവറയിൽ തളച്ചിട്ടു.

അച്ഛമ്മയും അച്ഛൻ പെങ്ങളും സ്നേഹപൂർണ്ണമായാണ് പെരുമാറിയിരുന്നതെങ്കിലും അവരുടെ സ്വഭാവരീതിയും സംസ്കാരരീതിയും ഞങ്ങളിൽ നിന്നും ഭിന്നമായിരുന്നു. എന്നെ അനിയനോട് താരതമ്യം ചെയ്ത് എന്റെ ബലഹീനതയും ശുഷ്കതയും വിവരിക്കുക, ഞങ്ങളെക്കൊണ്ട് പഞ്ചപിടിച്ച് ശക്തിപ്രകടനം കാണിപ്പിക്കുക തുടങ്ങിയ കാര്യങ്ങളെല്ലാം അവർ ചെയ്തിരുന്നു.

കൂടാതെ നാളുകൊണ്ടും മണിക്കൂർകൊണ്ടുപോലും എന്റെ സമപ്രായക്കാരനായ ഒരു കുട്ടിയും അവരുടെ അയൽപക്കത്തുണ്ടായിരുന്നു. അച്ഛമ്മതന്നെയാണ് അവനെ ഞങ്ങൾക്ക് പരിചയപ്പെടുത്തിയത്. എന്നേക്കാൾ ശരീരവളർച്ചയും പ്രസരിപ്പുമുള്ള അവന്റെ മുന്നിൽ ഞാൻ സർവ്വാത്മനാ നിസ്സാരനും നിരാലംബനുമായി.

രാത്രി അച്ഛനുമമ്മയും പ്രധാനമുറിയിലും ഞാനും അനിയനും അച്ഛമ്മയും മറ്റൊരു മുറിയിലാണ് ഉറങ്ങാൻ കിടക്കുക. വളരെ വീതി കുറഞ്ഞ മിനുപ്പില്ലാത്ത പരുത്ത ഇടനാഴിയിൽ അച്ഛൻപെങ്ങളുമൊതുങ്ങും. അച്ഛമ്മ നെഞ്ഞ് നീറുന്നതുകൊണ്ട് പതിവായി കൊത്തമ്പാല ചവച്ചിരുന്നു. മടിയിൽ മുണ്ടിന്റെ കോന്തലയിൽ കെട്ടിവച്ചിരുന്ന കൊത്തമ്പാല മണികൾ ഞാനും പെറുക്കിതിന്നും. അപ്പോഴത് കയ്പ്പോ ചവർപ്പോ ഇല്ലാത്ത രുചികരമായ ഒരു വിഭവമാണ്.

ആ ഗ്രാമത്തിലെ അയ്യപ്പക്ഷേത്രത്തിലെ ഉത്സവം പ്രസിദ്ധമാണ്. പതിവായി മദ്ധ്യവേനലവധിക്കാലത്താണ് അതുണ്ടാവുക. ഞങ്ങൾ എല്ലാവരും കൂടി ഘോഷമായിട്ടാണ് ഉത്സവപ്പറമ്പിലേക്ക് പോയത്. ശുദ്ധമില്ലായ്മകൊണ്ടോ എന്തോ അന്ന് അച്ഛൻപെങ്ങളും അമ്മയും അകത്തമ്പലത്തിലേക്ക് വന്നില്ല. എന്നേയും അനിയനേയും തൊഴീക്കുവാൻ അച്ഛമ്മ മണ്ഡപത്തിനുള്ളിലേക്ക് കൊണ്ടുപോയി. തൊഴുത് കുറിതൊട്ട് പുറത്തേക്ക് വരുമ്പോൾ അച്ഛമ്മ ദൂരെനിന്ന് വരുന്ന ഒരു സ്ത്രീയെ ചൂണ്ടിക്കാണിച്ചുകൊണ്ട് കിന്നാരത്തോടെ പറഞ്ഞു: "ആ വരുന്ന പെണ്ണിനെ കണ്ടോ! അവൾ നിങ്ങളുടെ അച്ഛന്റെ കൂട്ടുകാരിയായിരുന്നു."

വേഷ്ടിയും ബ്ലൗസും ധരിച്ചുവരുന്ന ആ സ്ത്രീ നല്ല ഉയരവും, ആകാരവുമുള്ള ഒത്ത സൗന്ദര്യവതിയായിരുന്നു.

അവരുടെ കൈയിൽ ഒരു കുടന്ന പുഷ്പങ്ങളും ഒപ്പം തോഴിമാരെന്ന് തോന്നിക്കുന്ന രണ്ട് ഉപസുന്ദരിമാരും ഉണ്ടായിരുന്നു. അവരെ ഞാനാദ്യമായി കാണുകയാണ്. എന്നിട്ടും ആൾക്കൂട്ടത്തിനിടയിൽനിന്ന് ആ സ്ത്രീ എന്നെ കാണരുതേയെന്ന് ഞാനാഗ്രഹിച്ചു. പക്ഷേ, അത് സാധിച്ചില്ല. അച്ഛമ്മയും അവരും തമ്മിൽ കൂട്ടിമുട്ടി. വളരെ എളിമയോടും ബഹുമാനത്തോടുമാണ് അവർ

അച്ഛമ്മയോട് സംസാരിച്ചത്. അനന്തരം അച്ഛമ്മ ഇതെന്റെ മകന്റെ മക്കളാണ് എന്ന് പറഞ്ഞ് ഞങ്ങളെ പരിചയപ്പെടുത്തുവാൻ വേണ്ടി പിന്നോട്ട് തിരിഞ്ഞപ്പോൾ ഞാനത് മുൻകൂട്ടിക്കണ്ട് വേഗം തായമ്പകക്കാരുടെ പിന്നിലൊളിച്ചു.

ആ സുന്ദരി വാത്സല്യത്തോടെ എന്റെ അനിയന്റെ കവിളുകളിൽ തലോടുന്നതും കളിപ്പാട്ടക്കാരന്റെ കൈയിൽ നിന്നും ഒരു ബലൂൺ വാങ്ങി അവന് സമ്മാനിക്കുന്നതും ഞാൻ മറഞ്ഞുനിന്ന് നോക്കിക്കണ്ടു.

എന്തോ എന്നെ കണ്ടാൽ പിന്നീട് അവർക്ക് എന്റെ അച്ഛനോടുള്ള ആദരവ് കുറയുമെന്ന് എന്റെയുള്ളിൽ നിന്നാരോ മന്ത്രിച്ചു.

സൂര്യ

ഇരുപത് വർഷങ്ങൾക്കുശേഷം വീണ്ടും ഞങ്ങളുടെ ഗ്രാമത്തിലേക്ക് തെരുവുസർക്കസ്സുകാരെത്തിയപ്പോൾ പലരും പരിഹസിച്ചു. ദിവസത്തിന്റെ മുക്കാൽ പങ്കും ടെലിവിഷനിലും ഫേസ്ബുക്കിലും ചടഞ്ഞിരിക്കുന്ന ഈ സമൂഹത്തിൽ തരികിട നമ്പറുകൾ കാണിക്കുന്ന സർക്കസ്സ് കാണാനാരെ കിട്ടും?

പക്ഷേ, ആ മുൻവിധിക്ക് വിപരീതമായിരുന്നു സമൂഹപ്രതികരണം. സർക്കസ്സുകാണാൻ സാമാന്യം വലിയ ആൾക്കൂട്ടം തന്നെയെത്തി. ഒരുപക്ഷേ, പഴയകാല ഓർമ്മകളിലേക്കുള്ള തിരിച്ചുപോക്കായിട്ടായിരിക്കാം ആളുകളതിനെ കണ്ടത്.

സീരിയലും റിയാലിറ്റിഷോകളൊന്നുമില്ലാത്ത പഴയകാലത്ത് പായും തലയിണയുമായിട്ടായിരുന്നു കുടുംബസമേതം കാണികളെത്തിയിരുന്നത്. മണ്ണിലിരുന്നും കിടന്നും ആളുകൾ കലയാസ്വദിച്ചു. നാണയത്തുട്ടുകളും ചെറിയ നോട്ടുകളും സംഭാവന നല്കി. രാജൻ എന്നായിരുന്നു സർക്കസ്സോണറുടെ പേര്.

ഇപ്പോൾ ആ കാലഘട്ടത്തിലെ രസകരമായ ഒരു സംഭവം ഓർമ്മ വരുകയാണ്.

ഇന്ന് മണ്ണിട്ട് തൂർത്ത് ഒരു മണിമാളികയിരിക്കുന്ന പാടത്തായിരുന്നു അന്ന് സർക്കസ്സുകാർ കൂടാരം കെട്ടിയിരുന്നത്. രാത്രി ഒമ്പതുമുതൽ പന്ത്രണ്ട് വരെയാണ് ഷോ. ഞാനും അനിയനും അച്ഛനുമമ്മയും കൂടിയാണ് സർക്കസ്സ് കാണാൻ പോകുക.

പലരും എട്ടുമണിക്കുതന്നെയെത്തും. പിന്നെ കഥകളും കിന്നാരങ്ങളും പറഞ്ഞിരിക്കും. അക്കാലത്ത് ഇരുട്ടിനെ ആർക്കും ഭയമില്ലായിരുന്നെന്ന് തോന്നുന്നു.

സിനിമാറ്റിക് ഡാൻസായിരുന്നു സർക്കസ്സുകാരുടെ പ്രധാന ഐറ്റം. ഹാസ്യപരിപാടികൾ, ചെപ്പടിവിദ്യകൾ അവസാനം ഒരു നാടകവും. ഏറ്റവും ആകർഷകമായിരുന്നത് സിനിമാറ്റിക് ഡാൻസുതന്നെയായിരുന്നു. ഇഷ്ടപ്പെട്ട ഐറ്റം പണം കൊടുത്ത് വീണ്ടും വീണ്ടും പ്ലേ ചെയ്യിക്കാം.

ആദ്യകളിയിൽത്തന്നെ ഞാൻ ഗംഭീരമായ ഒരു ഡാൻസ് കണ്ടു. ആ കാലത്ത് തരംഗമായിരുന്ന മോഹൻലാലിന്റെ *നാടോടി* എന്ന സിനിമയിലെ 'ജുമ്പാ ജുമ്പാ'. ആ ഗാനരംഗം സിനിമയിലേതിനേക്കാൾ ആകർഷകവും മനോഹരവുമായി ഇതാ ഒരു തെരുവു നർത്തകി സ്റ്റേജിലവതരിപ്പിക്കുന്നു. കളർഫുള്ളായ ഡ്രസ്, വർണ്ണക്കൂട്ടുകളോടെയുള്ള പ്രകാശക്രമീകരണങ്ങൾ, നർത്തകി അത്യന്തം സുന്ദരിയും. അവൾ തന്നെ *അഥർവ്വം* സിനിമയിലെ 'പുഴയോരത്തി'ലും *ജെന്റിൽമാൻ* സിനിമയിലെ 'ജിക്കുപുക്കി'ലും താരമായി വരുന്നു. എന്തൊരാകർഷകത്വം, എന്തു ഭംഗി! അവളുടെ പേരും അനൗൺസ് ചെയ്തു: 'സൂര്യ.'

പിറ്റേന്ന് മുതൽ തിരക്ക് കൂടിക്കൂടി വന്നു. സൂര്യയുടെ നൃത്തം കാണാൻ കാണികളൊഴുകിയെത്തി. ചെറുപ്പക്കാർ പണം കൊടുത്ത് വീണ്ടും വീണ്ടും അതാവശ്യപ്പെട്ടു. സൂര്യയോടുള്ള എന്റെ ആരാധന വളർന്നു. അവളോടൊപ്പം നൃത്തം ചെയ്യുന്ന ജോഡിയായി ഞാനെന്നെ സങ്കല്പിച്ച് ത്രില്ലടിച്ചുകൊണ്ടിരുന്നു.

പത്തുദിവസം കഴിഞ്ഞപ്പോൾ ഓണർ രാജൻ പ്രഖ്യാപിച്ചു. സർക്കസ്സ് വിടവാങ്ങുകയാണ്. മൂന്നോ നാലോ ദിവസത്തെ കളികൂടിയേ ഉണ്ടാവൂ.

എനിക്ക് സങ്കടം തോന്നി. വേർപാടിന്റെ വേദന. സൂര്യയുടെ നൃത്തം ഇനി കാണാനാവില്ല! എന്നും സർക്കസ്സുകാരിവിടെ ഉണ്ടായിരുന്നെങ്കിൽ! അല്ലെങ്കിൽ ഇവരെന്തിന് പോകുന്നു; ഇത്രയും ആളുകൾ ആസ്വദിക്കാനുള്ളപ്പോൾ...

ഇത് സർക്കസ്സുകാരുടെ നിയോഗമാണത്രെ! മറ്റൊരു കൂടാരത്തിലേക്കുള്ള അവരുടെ ചേക്കേറൽ തടയാൻ ആർക്കുമാവില്ല. ശരി, നടക്കട്ടെ. പക്ഷേ, എനിക്ക് സൂര്യയെ ഒന്നുകൂടെ കാണ

ണം. സംസാരിക്കണം, പറ്റിയാൽ ഒന്നു തൊടണം, എന്റെ ആരാധന അറിയിക്കണം. ഞാനുറച്ചു.

വൈകിച്ചില്ല. പിറ്റേന്നുതന്നെ ഞാൻ സൂര്യയെ പരിചയപ്പെടാൻ ചെന്നു. പകലധികവും സർക്കസ്സുകാരുടെ കൂടാരം നിശ്ശബ്ദമായിരിക്കും. ആ സമയത്താണല്ലോ അവരുറങ്ങുന്നത്. പ്രാവുകളേയും കൊറ്റികളേയും പാടത്തുനിന്ന് കെണിവെച്ച് പിടിക്കൽ ഇവരുടെ രീതിയാണ്. അറപ്പുതോന്നുന്നു. കോഴിയിറച്ചിപോലെ എങ്ങനെയാണ് പ്രാവിന്റെയും കൊറ്റിയുടെയും ഇറച്ചി കഴിക്കുക! സമാധാനത്തിന്റെ പ്രതീകമായ പാവം പ്രാവുകളെ എങ്ങനെയാണ് കൊല്ലുക?

ഞാൻ ആരെങ്കിലും വരുമെന്ന് പ്രതീക്ഷിച്ച് സ്റ്റേജിന്റെ മുൻഭാഗത്ത് കുറേനേരം കാത്തുനിന്നു. ആരും വന്നില്ല. കൂടാരത്തിന്റെ പിൻഭാഗത്ത് അനക്കമുണ്ട്. ഞാനവിടേക്ക് ചെന്നു. കൂടാരത്തിന് പുറത്തെ തണലിൽ കസേരയിലിരുന്ന് ഒരു വൃദ്ധൻ മയങ്ങുന്നു. ഞാനയാളെ ഉണർത്തി. നാടകത്തിൽ ഹാസ്യമഭിനയിക്കുന്ന ആളാണ്.

"എന്താണ്?"

"ഞാൻ..."

"പറഞ്ഞോ."

"എന്നാണ് സർക്കസ്സിവിടെ നിന്ന് പോകുക?"

"മറ്റന്നാളത്തെ കളികൂടിയേയുണ്ടാവൂ."

"നിങ്ങക്കിവിടെന്ന് പോകാതിരുന്നൂടെ?"

"മോന്റെ പേരെന്താ?"

"പ്രദീപ്. ഉണ്ണിക്കുട്ടൻന്ന് വിളിക്കും."

"ഉണ്ണിക്കുട്ടാ, ഞങ്ങളെന്നും ഇവിടെ നിന്നാ നിങ്ങൾക്ക് ഞങ്ങളെ മടുക്കും. സർക്കസ്സുകാർ ഒരേസമയം അതിഥികളും അഗതികളുമാണ്."

അതിഥി എന്നതെന്തെന്ന് എനിക്ക് മനസ്സിലായി. പക്ഷേ, എന്താണ് അഗതി? അർത്ഥമറിയില്ല.

"നിങ്ങടെ സർക്കസ്സ് എല്ലാവർക്കുമിഷ്ടാണ്. എന്നിട്ടുമെന്തിനാ പോണത്?"

വൃദ്ധനായ കലാകാരൻ ചിരിച്ചു:

"ഇതുപറയാനാണോ മോനിവിടെ വന്നത്?"

“അല്ല.”

“പിന്നെ?”

“എനിക്ക് സൂര്യയെ കാണണം.”

“എന്തിനാണ്?”

“വെറുതെ.”

കുറച്ചു നേരം വൃദ്ധൻ എന്നെത്തന്നെ നോക്കിയിരുന്നു. പിന്നെ അകത്തേക്ക് നോക്കി വിളിച്ചു:

“തങ്കീ.”

“എന്നാപ്പാ?” അകത്തുനിന്നൊരു പെൺസ്വരം.

“ഉന്നൈ പാക്കത്ക്ക് ഒരു കൊളന്തൈ വന്ത്റ്ക്ക്.”

“യാരത്?”

“ഉണ്ണിക്കുട്ടൻ, ഉന്നുടെ ചിന്ന ഫാൻ.”

“അപ്പിടിയാ, ഇങ്ക വര സൊല്ലിട്.”

“ചെല്ല്.” അയാളെനിക്ക് പിൻമുറ്റത്തേക്ക് ചെല്ലാൻ അനുവാദം തന്നു.

ഞാൻ കൂടാരത്തിനോട് ചേർന്ന ടാർപ്പായകൊണ്ട് മറച്ച മുറ്റത്തേക്ക് ചെന്നു. സുഖകരമല്ലാത്ത പുളിച്ച ഗന്ധം. ഒരാൾ മൂലയ്ക്കിരുന്ന് ഷേവ് ചെയ്യുന്നു. ഒരു സ്ത്രീ കെണിവെച്ച് പിടിച്ച കിളികളുടെ തോലുരിയുകയാണ്. അതേസമയം ഇടയ്ക്കൊക്കെ ഒരു കൈകൊണ്ട് അരികിലുള്ള തൊട്ടിലാട്ടുന്നുമുണ്ട്.

അറച്ചു നില്ക്കുന്ന എന്നോട് അവർ അടുത്തേക്ക് വരാൻ ആംഗ്യം കാട്ടി. ഞാനരികെ ചെന്നപ്പോൾ അവർ ചോദിച്ചു: “മോനെന്താ വേണ്ടത്?”

“എനിക്ക് സൂര്യയെ കാണണം.”

കറപിടിച്ച പല്ലുകൾ കാട്ടി തങ്കി ചിരിച്ചു:

“സൂര്യയെ രാത്രി മാത്രമേ കാണാൻ പറ്റൂ. മോനിന്ന് സർക്കസ്സ് കാണാൻ വരില്ലേ?”

“വരും.”

“അപ്പകാണാട്ട്വോ, ചെല്ല്.”

എന്തേ ഇവരിക്കങ്ങനെ പറയാൻ. സൂര്യക്കിത്ര ഡിമാന്റൊണോ? ഇത്രയും തണ്ടാർക്കും പാടില്ല.

ഞാൻ കുറച്ചു നേരം കൂടി അവിടെ നിന്നു. തങ്കിയുടെ കുട്ടി തൊട്ടിലിൽ കിടന്ന് കരഞ്ഞു. അവർ തമിഴിൽ കുഞ്ഞിനെ ശകാ

രിച്ചു. ഞാൻ പുറത്തേക്ക് ചെന്നപ്പോൾ വൃദ്ധൻ ചോദിച്ചു:

"സൂര്യയെ കണ്ടില്ലേ?"

"രാത്രിയിലെ കാണാൻ പറ്റൂന്ന് പറഞ്ഞു."

"മോനെ, തങ്കിയും സൂര്യയും ഒന്നാണ്. സൂര്യ അവരുടെ ബ്രാൻഡ്നെയിം."

എനിക്ക് വിശ്വസിക്കാനായില്ല.

സൂര്യയും തങ്കിയും ഒരാൾ! അപ്പോ ഞാനിതുവരെ സംസാരിച്ചത് എന്റെ ആരാധനാപാത്രമായ സൂര്യയോടാണ്. കറുകറുത്ത്, എണ്ണപുരളാത്തമുടിയും കറയുള്ള പല്ലുകളുമുള്ള ആ പെണ്ണാണോ രാത്രിയിൽ വർണ്ണപ്രകാശത്തിൽ കാണികളെ രസിപ്പിക്കുന്ന സുന്ദരി?!

ഇപ്പോൾ എന്റെ ഗ്രാമത്തിൽ വന്ന പുതിയ സർക്കസ്സുകാണാൻ ആദ്യദിനം ഞാൻ പോയില്ല. പിറ്റേന്ന് ഫേസ്ബുക്കിൽ രാത്രി കളിച്ച സർക്കസ്സിന്റെ വിവിധ ഫോട്ടോകൾ പലരും പോസ്റ്റ് ചെയ്തിരുന്നു. ഞാനതെല്ലാം ശ്രദ്ധിച്ചു. അപ്പോഴാണ് മനസിലായത്, ഇത് പണ്ട് ഇവിടേക്ക് വന്നിരുന്ന രാജൻസർക്കസ്സാണ്. എനിക്കാകാംക്ഷ തോന്നി; ആരാധനയും. ഞാൻ മുഴുവൻ ഫോട്ടോകളും പരതി. അതെ! സൂര്യയുടെ ഡാൻസിന്റെ ഫോട്ടോകളും ഉണ്ട്. എന്റെ സ്വപ്നസുന്ദരി സൂര്യ പുതിയ വേഷങ്ങളിൽ, പുതിയ ഭാവങ്ങളിൽ.

ആസ്വാദകരുടെ കമന്റ്സ്:

"സൂര്യ സൂപ്പർ."

"സൂര്യ കലക്കി."

"കിടിലൻ ഡാൻസ്."

"സൂര്യ=നയൻതാര."

"............... "

ഇതൊരിക്കലും പഴയ സൂര്യയായിരിക്കില്ലെന്ന് ഞാനൂഹിച്ചു. ഒരുപക്ഷേ, അവരുടെ മകളാകാം, അനിയത്തിയാകാം, ബന്ധുവാകാം. സൂര്യ ഒരു ബ്രാൻഡ്നെയിമാണെന്ന് എനിക്കറിയാമല്ലോ.

ഫേസ്ബുക്കിൽ ഞാനുമൊരു കമന്റെഴുതി:

"സൂര്യക്ക് അവസാനമില്ല."

അന്നുരാത്രി ഒരു കുട്ടിയുടെ കൗതുകത്തോടെ സർക്കസ്സ് കാണാൻ പോകാൻ ഞാൻ തീരുമാനിച്ചു.

ശരിയും തെറ്റും

ഞങ്ങളുടെ വീടും, താഴെയുള്ള തറവാട്ടുവീടും ഹെൽത്ത് സെന്ററിന് തൊട്ടരുകിലായതുകൊണ്ട് അവിടെ ചാർജ്ജെടുക്കുന്ന സിസ്റ്റേഴ്സ് ഞങ്ങളുമായി വളരെ അടുപ്പത്തിലായിരിക്കും. അധികവും തെക്കൻ കേരളത്തിൽനിന്നുള്ളവരാണ് ജോലിക്കെത്തുക. വർഷങ്ങൾ കഴിഞ്ഞ് സ്ഥലംമാറ്റം കിട്ടി അവർ വിട്ടുപോകുമ്പോഴേക്കും പരസ്പരം ആത്മബന്ധം വന്നു കഴിഞ്ഞിട്ടുണ്ടാകും. അവർക്ക് വേണ്ട ചില്ലറ സഹായങ്ങളൊക്കെ കുട്ടികളായ ഞാനും അനിയനുമാണ് ചെയ്തുകൊടുക്കുക.

ഞാൻ യു പി യിൽ പഠിക്കുമ്പോൾ പത്തനംതിട്ടയിൽനിന്ന് വന്ന അനുപമ സിസ്റ്ററാണ് ദീർഘകാലം ഹെൽത്ത്സെന്ററിൽ സേവനമനുഷ്ഠിച്ചിട്ടുള്ളത്. ഒരു കുടുംബാംഗത്തെപോലെയായിരുന്നു അച്ഛനുമമ്മയും അവരെ പരിഗണിച്ചിരുന്നത്. ഞങ്ങൾ കുട്ടികളോടും അവർക്ക് സ്നേഹമായിരുന്നു. പക്ഷേ, അവരുടെ പ്രത്യേകതയെന്താണെന്നുവെച്ചാൽ രോഗികളോ മറ്റോ ആയി ആതുരസേവനത്തിന് വരുന്നവരോട് ഒരകൽച്ച ഭാവിക്കുകയും ബുദ്ധിമുട്ട് പ്രകടിപ്പിക്കുകയുമൊക്കെ ചെയ്യും എന്നതായിരുന്നു. മുമ്പു വന്ന സിസ്റ്ററുമാരെപ്പോലെ ജനകീയതയുണ്ടായിരുന്നില്ല അനുപമ സിസ്റ്റർക്ക്. തന്റെ ജോലിപരിധിയിലില്ലാത്ത കാര്യങ്ങൾക്ക് സമീപിച്ച് നാട്ടുകാർ ബുദ്ധിമുട്ടിക്കുന്നു എന്ന പരാതി പതിവായി പ്രകടിപ്പിച്ചിരുന്നു.

ഒരുദിവസം ഉച്ചയൂണിന് ശേഷം സിസ്റ്റർ ഞങ്ങളുടെ തറവാട്ടുവീട്ടിൽ പെൺപടകളുമായി (ചുറ്റുവട്ടത്തുള്ള എല്ലാവരും ആ സമയത്ത് തറവാട്ടിൽ സമ്മേളിക്കും. അമ്മയാണവരുടെയെല്ലാം ലീഡർ) കിസ്സകൾ പറഞ്ഞിരിക്കുകയായിരുന്നു. ഞാനും അനിയനും മുറ്റത്ത് ഗോട്ടികളിക്കുന്നുണ്ട്.

അന്നേരം ഹെൽത്ത്സെന്ററിന്റെ വാതിലിൽ ആരോ മുട്ടുന്ന ശബ്ദം കേട്ടു. പ്രതികരണമില്ലാത്തതുകൊണ്ട് മുട്ടൽ അസഹ്യമാകുകയാണ്. സിസ്റ്റർ എന്നെ വിളിച്ചു.

"അതാരാണെന്ന് പോയിനോക്ക്." മുന്നറിയിപ്പും തന്നു: "ആരായാലും ഞാനിവിടെയുണ്ടെന്ന് പറയണ്ട."

ഞാൻ ഹെൽത്ത്സെന്ററിലേക്ക് ചെന്നു. അവർ മൂന്നുപേരുണ്ട്. ഒന്നെന്റെ സ്കൂളിൽ പഠിക്കുന്ന അലവിക്കുട്ടിയാണ്. മറ്റുള്ളവരെ അറിയില്ല. സിമെന്റ് ബെഞ്ചിലിരിക്കുന്ന ആൾ അവശനാണ്. ശ്രദ്ധിച്ചപ്പോൾ കാലിൽ മാരകമായൊരു മുറിവ് പറ്റിയിട്ടുണ്ട്. ചോരയൊലിക്കുന്നു. എന്നെ കണ്ടപ്പോൾ അലവിക്കുട്ടി പറഞ്ഞു:

"എന്റെയുപ്പയാണ്. മരംവെട്ടുമ്പോൾ മഴു ഊരിതെറിച്ചു. ചോരനിക്കണില്ല. ഇവിടെ സിസ്റ്ററില്ലേ?"

എനിക്ക് അലവിക്കുട്ടിയോടും അവന്റെ ഉപ്പയോടും സഹതാപം തോന്നി. വലിയ മുറിവാണ്. എത്ര വേദന തിന്നുന്നു.

"സിസ്റ്റർ എവിടെയെങ്കിലുമുണ്ടോയെന്ന് ഞാൻ നോക്കട്ടെ." ഞാൻ തിരികെ നടക്കുന്നതിനിടെ അലവിക്കുട്ടി വിളിച്ചു പറഞ്ഞു:

"കണ്ടാ വേഗം വരാൻ പറേണെ. എന്റെ ഉപ്പ..."

ഞാൻ സിസ്റ്ററുടെ അടുത്തെത്തി വിവരമെല്ലാം പറഞ്ഞു:

"ചോര ഒരുപാട് ഒലിക്കണെണ്ട്. നല്ല വേദനയുണ്ട്. വേഗം വരാൻ പറഞ്ഞു."

പെൺകൂട്ടം മംഗളം വാരികയിൽ വന്നിരുന്ന ഒരു നോവലിനെപ്പറ്റി ഗൗരവമായി ചർച്ച ചെയ്യുകയായിരുന്നു. അടുത്ത ലക്കത്തിൽ ഇന്ന ഇന്ന രീതിയിലാകും കഥ...

സിസ്റ്റർ പറഞ്ഞു:

"നീ ചെന്ന് ഞാനിവിടെ ഇല്ലാന്നും കാത്തിരിക്കാതെ വേഗം ആശുപത്രിയിൽ കൊണ്ടുപോകാനും പറ."

ഞാൻ സംശയിച്ചു നിന്നു:

"നല്ല മുറിവാണ്. എന്റെ കൂട്ടുകാരന്റെ ഉപ്പയാണ്."

"നീ പറഞ്ഞത് കേക്ക് ചെറുക്കാ, ഇതൊന്നും എന്റെ ജോലിയല്ല."

എനിക്ക് ദേഷ്യം തോന്നി. എന്തിനാണിവർക്ക് ഗവൺമെന്റ് ശമ്പളം കൊടുക്കുന്നത്? ഇവിടെ വന്ന് നുണക്കൂട്ടം പറയാനോ? അയാളുടെ മുറിവ് കെട്ടാനുള്ള എല്ലാ കാര്യങ്ങളും ഹെൽത്ത് സെന്ററിലുണ്ടെന്ന് എനിക്കറിയാം. പക്ഷേ, ജോലി ചെയ്യാനുള്ള മടി. നുണ പിന്നെയും പറയാം. ഇത് പിന്നത്തേക്ക് മാറ്റിവെക്കാൻ പറ്റുന്നതല്ലല്ലോ.

ഞാൻ വീണ്ടുമെത്തിയപ്പോൾ അലവിക്കുട്ടി ധൃതിപ്പെട്ടു:

"എന്തായി കണ്ടോ?"

"നീ വേഗം ഉപ്പയുമായി ഏതെങ്കിലും ആശുപത്രിയിൽ ചെല്ല്."

"സിസ്റ്റർ അവിടില്ല?"

ഞാനൊരു മഹാനുണയനാണ്. നുണപറഞ്ഞ് ഞാൻ കൂട്ടുകാരെ പറ്റിച്ചിട്ടുമുണ്ട്. കളികളിൽ കള്ളപ്പെറുക്ക് കൂട്ടുന്നത് എന്റെ സ്ഥിരം പരിപാടിയാണ്. പക്ഷേ, ഇവിടെയെന്തുകൊണ്ടോ നുണ പറയാൻ എനിക്ക് പ്രയാസം തോന്നി. ഉള്ളത് പറയാൻ ഉള്ളിൽ നിന്നാരോ തിക്കുന്നു. തടുക്കാനാവാത്ത ശക്തി.

ഞാൻ അലവിക്കുട്ടിയോട് സത്യം പറഞ്ഞു:

"അവരവിടെയുണ്ട്. എന്നോട് ഇല്ലാന്ന് പറയാൻ പറഞ്ഞു."

അലവിക്കുട്ടിയുടെ കൂടെ വന്ന മറ്റേയാൾ എന്തോ ഉറക്കെ പറയാൻ തുടങ്ങുമ്പോൾ അവന്റെ ഉപ്പ വിലക്കി:

"വേണ്ട. നമുക്ക് പോകാം മക്കളെ."

ഹെൽത്ത്സെന്ററിലേക്ക് വണ്ടിവരില്ല. ഇരുവരുടേയും തോളിൽ കൈയിട്ട് അലവിക്കുട്ടിയുടെ ഉപ്പ വേച്ചുവേച്ചു നടന്നുപോയി.

"അവര് പോയോ ചെറുക്കാ." തറവാട്ടിലെത്തിയപ്പോൾ സിസ്റ്ററെന്നോട് ചോദിച്ചു.

"ആവോ." ഞാനെന്റെ ദേഷ്യം ഒറ്റവാക്കിലൊതുക്കി.

വൈകുന്നേരമായപ്പോൾ ഒരുകൂട്ടം ആളുകളുണ്ട് ആക്രോശവും അട്ടഹാസവുമായി ഹെൽത്ത്സെന്ററിലേക്കിരച്ചു വരുന്നു. പ്രതിഷേധക്കാർ അലവിക്കുട്ടിയുടെ ഉപ്പയുടെ ബന്ധക്കാരും കൂട്ടരുമാണ്. അവർ സിസ്റ്ററെ ചീത്തവിളിച്ചു:

"നീയൊരു മനുഷ്യസ്ത്രീയാണോ, ഒരാൾ ചോരയൊലിപ്പിച്ചു വന്നുനില്ക്കുമ്പോൾ ഒളിച്ചിരിക്കാൻ നെനക്ക് നാണമില്ലേ?"

"നിന്റെ ജോലി ഞങ്ങള് തെറുപ്പിക്കും. കെട്ടും പ്രമാണവുമായി നാട്ടിലേക്ക് പോകാൻ റെഡിയായിക്കോ, നൊണച്ചീ..."

സിസ്റ്റർ: "സത്യമായും ഞാനിവിടെ ഉണ്ടായിരുന്നില്ല."

"നീയടുത്ത വീട്ടിൽ ഉണ്ടായിരുന്നെന്ന് ആ ചെക്കൻ പറഞ്ഞല്ലോ."

സിസ്റ്റർ ഭയന്നു കതകടച്ചു. വന്നവർ ജനാലകളിലും വാതിലിലും തട്ടാനും മുട്ടാനും തുടങ്ങി.

അയൽപക്കത്തുള്ളവർ കൂടി. പഞ്ചായത്ത് മെമ്പറും മറ്റു പ്രധാനപ്പെട്ടവരും എത്തി പ്രശ്നത്തിലിടപെട്ടു. സിസ്റ്റർ ഖേദം രേഖപ്പെടുത്തി. നിയമപരമായി രോഗികളെ ചികിത്സിക്കേണ്ട ബാദ്ധ്യതയില്ലെങ്കിലും ഒരു ഗ്രാമത്തിൽ ജോലി ചെയ്യുമ്പോൾ ഇത്തരം കാര്യങ്ങളിലിടപെടേണ്ടി വരുമെന്നും അല്പം മനുഷ്യത്വം കാണിക്കുക വേണമെന്നും പഞ്ചായത്ത് മെമ്പർ ബോധിപ്പിച്ചു.

ആൾക്കൂട്ടം പോയപ്പോൾ "എല്ലാത്തിനും കാരണം വസന്തേച്ചിയുടെ മോനാ"ണെന്ന്, സിസ്റ്റർ അമ്മയോട് പതം പറഞ്ഞു കരഞ്ഞു.

"വീട്ടിലേക്ക് ചെല്ല്, നിനക്ക് ഞാൻ വെച്ചിട്ടുണ്ട്." അമ്മ എന്നെ ഭീഷണിപ്പെടുത്തി.

എനിക്ക് വല്ലാതായി. അമ്മയെ പേടിയില്ല. അമ്മ തല്ലിയാലും സഹിക്കാം. പക്ഷേ, അച്ഛൻ! ഇത്രയും പ്രശ്നമായ സ്ഥിതിക്ക് അച്ഛനറിയാതിരിക്കില്ല. അച്ഛൻ പുളിവാറലുകൊണ്ടാണ് തല്ലുക. ചിലപ്പോൾ മൂത്രം പോകും. സഹിക്കാൻ പറ്റില്ല.

വേണ്ടായിരുന്നു! അങ്ങനെ ചെയ്യരുതായിരുന്നു. ഇനി രക്ഷപ്പെടാൻ എന്താണ് പോംവഴി?

അമ്മ വീട്ടിൽ വന്നതും ശകാരം തുടങ്ങി:

"ഇക്കണ്ട പുകിലെല്ലാം ഉണ്ടായതിന് നീയാണ് കാരണം. മുതിർന്നോര് പറഞ്ഞത് എന്തായാലും കുട്ടികൾ അനുസരിക്കണം. അവരെല്ലാരുംകൂടി ആ സിസ്റ്ററിനെ തല്ലിക്കൊന്നില്ലെന്നേയുള്ളൂ. മേലാൽ ഇങ്ങനെയൊന്നും ചെയ്തുപോകരുത്. അശ്രീകരം."

"സിസ്റ്ററങ്ങനെ കാണിച്ചത് ശര്യാണെന്നാണോ അമ്മ പറ

യുന്നത്?" അമ്മയോടെനിക്ക് തർക്കിക്കാം.

"അവര് ഡോക്ടറല്ല. ഇതൊന്നും അവരുടെ ഡ്യൂട്ടിയുമല്ല. അയൽപക്കത്തുള്ളോർക്ക് ചെല സഹായം ചെയ്തു തരുന്നു എന്ന് കരുതി എല്ലാവരോടും അതിന് പറ്റ്വോ, ഇനിമേലാ അഹങ്കാരം കാണിക്കരുത്. അസത്ത്."

അനിയന് വലിയ സന്തോഷമായി. എനിക്ക് മാത്രമായി ചീത്ത കേൾക്കുന്നതും തല്ല് കൊള്ളുന്നതും അവനും, അവന് മാത്രമായി ഇതുരണ്ടും കിട്ടുന്നത് എനിക്കും രസമുള്ള കാര്യമാണ്. അച്ഛനിൽ നിന്നാണിതൊക്കെ കിട്ടുന്നതെങ്കിൽ അത് കാണാൻ ഒരു പ്രത്യേക സുഖമാണ്. ആ കാഴ്ച കാണാൻ അവൻ കാത്തിരിക്കുകയാണ്. സൂക്ഷിക്കണം, മൂപ്പിച്ചുകൊടുക്കാൻ വല്ല വകുപ്പുമുണ്ടെങ്കിൽ അതിനും ശ്രമിച്ചേക്കും. എന്നെപോലെയല്ല അച്ഛനിൽ അവന് ചെറിയൊരു സ്വാധീനമുണ്ട്. അവൻ അച്ഛന്റെ കുട്ടിയും ഞാൻ അമ്മയുടെ കുട്ടിയുമാണ്. സത്യത്തിൽ എനിക്കിഷ്ടം അച്ഛന്റെ കുട്ടിയാകാനാണ്. അച്ഛനെന്നെ വേണ്ടെങ്കിൽ ഞാനെന്ത് ചെയ്യും!

സന്ധ്യക്ക് അച്ഛൻ വരുന്നു. ഞാൻ വേഗം മുറിയിൽ കയറി ഒളിച്ചു. അനിയൻ എന്റെ മുന്നിൽ പ്രത്യേക ചുവടുകൾ വെച്ച് "ഇപ്പോക്കിട്ടും ഇപ്പോക്കിട്ടും" എന്നു പറഞ്ഞു കളിയാക്കിക്കൊണ്ടിരുന്നു.

ഉമ്മറത്തെ സംസാരം എനിക്കിവിടെ നിന്ന് കേൾക്കാം.

അമ്മ: "ചില സംഭവങ്ങളൊക്കെ ഇന്നുണ്ടായി."

"അച്ഛൻ: "ഷാപ്പിന്റെവിടെന്ന് എല്ലാമറിഞ്ഞു."

"നമ്മുടെ ഉണ്ണിക്കുട്ടനാ ഇതിനൊക്കെ കാരണം. അവൻ ചെയ്തത് തെറ്റാണെന്നൊന്നും പറയാൻ വയ്യ. ന്നാലും."

"ഉം." അച്ഛനൊന്ന് മൂളി: "അവനെവിടെ?"

"അകത്തൊളിച്ചിരിക്കാവും."

അച്ഛനിപ്പോ വിളിക്കും. ഈശ്വരാ... ഞാൻ ഭയന്നുവിറച്ചു.

പക്ഷേ, അച്ഛൻ വിളിച്ചില്ല. അദ്ദേഹം തോർത്തുമുണ്ടെടുത്ത് കിണറ്റിൻ കരയിലേക്ക് പോയി. കുളികഴിഞ്ഞ് വന്നിട്ടാകും വിസ്താരം എന്ന് ഞാൻ വിചാരിച്ചു. അച്ഛൻ കുളികഴിഞ്ഞുവരുന്നതും വസ്ത്രം മാറുന്നതും മുടി ചീകുന്നതും എല്ലാം ഞാനറിയുന്നുണ്ടായിരുന്നു. അമ്മ ചായ കൊടുക്കുന്നു. അച്ഛനത് കുടി

ക്കുന്നു. പിന്നെയൊരു ബീഡി വലിക്കുന്നു. ശേഷം അമ്മയോട് പറയുന്നു:

"ഉണ്ണിക്കുട്ടനെ വിളി."

അതെ! സമയം വന്നു കഴിഞ്ഞു. ശിക്ഷ നടപ്പാക്കാൻ പോകുന്നു. അനിയന്റെ മുഖത്ത് നിറപുഞ്ചിരി.

അമ്മ അച്ഛനോട്: "തല്ലന്നും വേണ്ടാ, മഹാപാപാണ്."

അമ്മ അകത്തേക്ക് വന്ന് എന്നോട്: "അച്ഛൻ വിളിക്കുന്നു, ചെല്ല്. നെനക്ക് പൊളയ്ക്കല് ലേശം കൂടുതലാണ്."

ഞാൻ വിറച്ചുവിറച്ച് അച്ഛന്റെ അടുത്തേക്ക് ചെന്നു പിൻവശത്തായി നിന്നു. അതാണ് പതിവ്. നേരെ നില്ക്കാനും അച്ഛന്റെ മുഖത്തേക്ക് നോക്കാനും പേടിയാണ്. കാഴ്ച കാണാൻ അനിയനും ഉമ്മറത്തേക്ക് വന്നു.

"നിന്റെ പരീക്ഷാ പേപ്പറൊക്കെ കിട്ട്യോ?" അച്ഛൻ ചോദിച്ചു.

എനിക്ക് ചെറിയൊരു സമാധാനം തോന്നി. അച്ഛൻ ദേഷ്യത്തിലല്ല.

"കണക്കിന്റെ മാത്രം കിട്ടി."

"എത്രയാ മാർക്ക്?"

"അമ്പതിൽ ഇരുപത്തഞ്ച്."

"അതുപോരാ, നന്നായി പഠിക്കണം."

നിശ്ശബ്ദത.

"കേട്ടോ?" അച്ഛൻ വീണ്ടും.

"പഠിക്കാം."

"നിന്നെപ്പറ്റി ഞാൻ ചെലതെല്ലാം കേട്ടു. ആ പഞ്ചായത്തു മെമ്പറാ പറഞ്ഞത്."

"അറിയാതെ പറ്റിയതാ. ഇനീണ്ടാവില്ല."

"അതിന് നീ തെറ്റ് വല്ലതും ചെയ്തോ?"

എന്താണച്ഛനീ ചോദിക്കുന്നത്! ഞാൻ തെറ്റ് ചെയ്തോ എന്ന്? അപ്പോൾ...

"ചെയ്തോ?" അച്ഛൻ.

ഞാൻ വിക്കി: "അമ്മ പറഞ്ഞു ചെയ്തൂന്ന്."

"എടാ, നീ ചെയ്തത് തെറ്റല്ല. അങ്ങനെ തന്നെ വേണം. ഞാനാണെങ്കിലും അങ്ങനേ ചെയ്യൂ."

അച്ഛനെണീറ്റു. പേഴ്സിൽനിന്നും ഒരു രൂപയെടുത്ത് എനിക്ക് തന്നു.

"നാളെ സ്കൂളിൽ പോകുമ്പോ മിഠായി വേടിച്ചോ." അതും പറഞ്ഞ് പതിവുപോലെ അച്ഛൻ അങ്ങാടിയിലേക്ക് പോയി.

ഞാൻ ദീർഘമായി ഒന്നു ശ്വസിച്ചു. എന്തൊരു സന്തോഷം. സുഖം. ഞാൻ ചെയ്തത് ശരിയെന്ന് അച്ഛനാണ് പറഞ്ഞിരിക്കുന്നത്. അതിലപ്പുറമൊരംഗീകാരം വേറെയില്ല. എന്റെ പരിസരത്തിൽനിന്ന് തന്ത്രപൂർവ്വം സ്ഥലം കാലിയാക്കുന്ന അനിയനെ തോണ്ടി ഞാൻ പറഞ്ഞു:

"ഇതുകണ്ടോ, ഒരു രൂപ! ഈ പൈസ കൊണ്ട് വാങ്ങുന്ന ഒറ്റമിഠായിയും ഞാൻ നിനക്ക് തരില്ല."

ജാള്യതയോടെ നില്ക്കുന്ന അവന്റെ മുന്നിൽ ഞാൻ ഗോഷ്ഠികൾ കാണിച്ചു:

"ഇപ്പോക്കിട്ടും ഇപ്പോക്കിട്ടും..."